NGHỆ THUẬT CỦA BURGER

100 Bí Quyết Nâng Tầm Bữa Ăn Được Yêu Thích Của Người Mỹ

Bách Huy

Tài liệu bản quyền ©2024

Đã đăng ký Bản quyền

Không phần nào của cuốn sách này được phép sử dụng hoặc truyền đi dưới bất kỳ hình thức nào hoặc bằng bất kỳ phương tiện nào mà không có sự đồng ý bằng văn bản thích hợp của nhà xuất bản và chủ sở hữu bản quyền, ngoại trừ những trích dẫn ngắn gọn được sử dụng trong bài đánh giá. Cuốn sách này không nên được coi là sự thay thế cho lời khuyên về y tế, pháp lý hoặc chuyên môn khác.

MỤC LỤC

MỤC LỤC..3
GIỚI THIỆU..7
BURGER GIA CẦM...9
1. BURGER GÀ TẨM MUỐI VÀ GIẤM.......................10
2. BURGER GÀ BỒ ĐÀO NHA...................................13
3. HARISSA & BURGER GÀ BƠ SỮA.........................17
4. BÁNH MÌ KẸP THỊT THỔ NHĨ KỲ JALAPEÑO VỚI COTIJA SALSA.....20
5. RICOTTA VÀ BASIL THỔ NHĨ KỲ BURGER..........23
6. BÁNH MÌ KẸP THỊT THỔ NHĨ KỲ FETA...............25
7. BURGER GÀ BƠ MADRAS.....................................27
8. ĐÙI GÀ NƯỚNG..29
9. BÁNH MÌ KẸP THỊT THỔ NHĨ KỲ HY LẠP VỚI FETA.....31
10. BURGER GÀ TRÂU..33
11. BURGER THỔ NHĨ KỲ VÀ CRANBERRY............35
12. BURGER GÀ PESTO..37
13. BURGER RAU BINA VÀ FETA THỔ NHĨ KỲ.......39
BÁNH MỲ KẸP THỊT BÒ..41
14. MONTY ĐẦY ĐỦ BÁNH MÌ KẸP THỊT................42
15. BÁNH MÌ KẸP THỊT QUATTRO FORMAGGI ĐÃ ĐƯỢC NẠP SẴN..45
16. BURGER ỨC BÒ...48
17. BURGER NẤM VÀ THỊT BÒ VỚI CHIPOTLE MAYO.....51
18. BURGER THỊT ỨC VÀ KIM CHI HÀN QUỐC......54
19. BÁNH MÌ KẸP PHÔ MAI HAVARTI BBQ............57
20. BURGER SỐT TERIYAKI....................................60
21. BÁNH MÌ KẸP THỊT PHÔ MAI RƯỢU VANG ĐỎ.....63
22. BÒ, RICOTTA VÀ RAU CHÂN VỊT.....................66
23. HASH BROWN VÀ CHUCK BURGER.................68
24. BURGER ANGUS ĐEN VỚI PHÔ MAI CHEDDAR.....70
25. BURGER WAGYU...72
26. BURGER BÍT TẾT ĐEN VÀ XANH.....................74
27. BURGER BÍT TẾT CHUCK.................................77
28. BURGER BÒ VỚI PHÔ MAI PROVOLONE VÀ DƯA CHUA.....79
29. BỮA SÁNG BURGER VỚI CẢI XOĂN MICROGREEN.....82

30. BÁNH MÌ KẸP THỊT BÒ CARIBE VỚI SALSA XOÀI..................85
BURGER THỪA..87
31. BURGERS THỊT CỪU VỚI FETA VÀ BẠC HÀ......................88
32. THỊT CỪU MA-RỐC VÀ BÁNH MÌ KẸP THỊT HARISSA.......91
33. BURGERS THỊT CỪU VỚI MOZZARELLA VÀ DƯA CHUỘT....93
34. BURGER THỊT CỪU ĐỊA TRUNG HẢI................................96
35. BURGER THỊT CỪU HARISSA CAY....................................98
36. BURGER THỊT CỪU HY LẠP...100
37. BURGER THỊT CỪU TRUNG ĐÔNG.................................102
38. BURGER THỊT CỪU THẢO MỘC.....................................104
39. BURGER THỊT CỪU GIA VỊ ẤN ĐỘ.................................106
40. BURGER CỪU LẤY CẢM HỨNG TỪ Ý............................108
41. BURGER CỪU LẤY CẢM HỨNG TỪ CHÂU Á.................110
BÁNH HỢP THỊT HEO..112
42. BÁNH MÌ KẸP THỊT CHORIZO.......................................113
43. BURGER THỊT LỢN VÀ THỊT BÊ VỚI AIOLI....................116
44. KAHLUA KÉO THANH TRƯỢT THỊT LỢN......................120
45. BURGER THỊT XÔNG KHÓI VÀ TRỨNG GIÒN................123
46. BÁNH MÌ KẸP PHÔ MAI VỚI SỐT DƯA CHUỘT NGÂM...125
47. BURGER THỊT LỢN TERIYAKI.......................................128
48. BURGER THỊT LỢN TÁO VÀ XÔ THƠM.........................130
49. BURGER THỊT LỢN JALAPENO VÀ CHEDDAR..............132
50. BURGER THỊT HEO KIỂU Ý..134
51. BURGER THỊT HEO MAPLE-BACON..............................136
52. BURGER DỨA-TERIYAKI THỊT HEO..............................138
53. BURGER THỊT LỢN ĐỊA TRUNG HẢI............................140
54. BURGER THỊT LỢN XÔ THƠM VÀ TÁO.........................142
BURGER CÁ VÀ HẢI SẢN...144
55. BÁNH MÌ KẸP CÁ VỤN TỐI THỨ SÁU...........................145
56. BÁNH MÌ KẸP THỊT CÁ LÀM BẰNG BIA VỚI TARTARE SLAW.....148
57. BURGER CÁ TEMPURA...151
58. BURGER CÁ PHI LÊ...154
59. BURGER CÁ TUYẾT...156
60. BÁNH MÌ KẸP THỊT CÁ LẤY CẢM HỨNG TỪ CHÂU Á...159
61. BURGER CÁ HỒI CỦA NGƯ DÂN MAY MẮN..................162
BÁNH BURGER TRÁI CÂY...165

62. BURGER GÀ ĐÀO VÀ BRIE..166
63. BURGER ĐẬU ĐEN XOÀI...168
64. BURGER BÒ PHÔ MAI XANH VÀ LÊ..170
65. BURGER ĐÀO VÀ PHÔ MAI DÊ NƯỚNG...................................172
66. BURGER BÒ PHÔ MAI VIỆT QUẤT..174
BÁNH BURGER CHAY...176
67. BURGER KHOAI LANG HANGOVER..177
68. BÁNH MÌ KẸP THỊT BÍ NGÔ VÀ HALOUMI..............................180
69. BÁNH MÌ KẸP THỊT BĂM HALOUMI VỚI CẢI XOĂN AIOLI........183
70. BÁNH MÌ KẸP THỊT BÍ NGÒI CHIÊN.......................................186
71. NẤM NGÂM VÀ BÁNH MÌ KẸP THỊT HALOUMI.......................190
72. BÁNH MÌ KẸP THỊT CÀ TÍM TEMPURA..................................193
73. BURGER BƠ NƯỚNG VỚI ĐẬU ƯỚP......................................196
74. BÁNH MÌ KẸP THỊT BƠ BƠ...199
75. BURGER SỐT PESTO NẤM...201
76. BURGER NẤM PORTOBELLO..203
77. BURGER BÍ NGÒI VÀ ĐẬU XANH..205
78. BURGER KHOAI LANG VÀ QUINOA......................................207
79. BURGER ĐẬU PHỤ NẤM...209
80. BÁNH MÌ KẸP THỊT QUẢ ÓC CHÓ VÀ RAU CỦ......................211
81. BURGER NẤM HOANG DÃ..213
BÁNH BÁNH HẠT VÀ HẠT...215
82. BÁNH MÌ KẸP THỊT ĐẬU XANH SỐNG ĐỘNG........................216
83. BURGER ĐẬU ĐEN CAJUN..219
84. BURGER ĐẬU LĂNG VÀ QUẢ ÓC CHÓ.................................222
85. BURGER ĐẬU ĐEN SANTA FE...224
86. BÁNH MÌ KẸP THỊT ĐẬU LĂNG..226
87. BURGER ĐẬU XANH VỚI Ô LIU...228
88. BURGER ĐẬU ĐEN VỚI PHÔ MAI CHEDDAR VÀ HÀNH TÂY......230
89. BURGER QUINOA VÀ KHOAI LANG.....................................233
90. ĐẬU LĂNG VÀ GẠO..236
91. G RAIN VÀ BURGER PHÔ MAI..238
92. SANDWICH QUINOA ĐỎ HAI TẦNG....................................240
BURGER NHỒI...243
93. BURGER NHỒI PHÔ MAI XANH VÀ RAU CHÂN VỊT...............244
94. BÁNH MÌ KẸP THỊT DÊ NHỒI PHÔ MAI GUACAMOLE............246

95. BÁNH MÌ KẸP THỊT XÔNG KHÓI VỚI PHÔ MAI PIMENTO.........249
96. BÁNH MÌ KẸP XÚC XÍCH NHỒI THỊT XÔNG KHÓI GUACAMOLE.253
97. BÁNH MÌ KẸP THỊT NHỒI PHÔ MAI XANH VÀ THỊT XÔNG KHÓI 255
98. BÁNH MÌ KẸP THỊT FETA NHỒI KIỂU HY LẠP VỚI TZATZIKI.......258
99. BURGERS NHỒI NẤM..261
100. BÁNH MÌ KẸP THỊT NHỒI HÀNH TÂY CARAMEN....................263
PHẦN KẾT LUẬN...266

GIỚI THIỆU

Chào mừng bạn đến với "Nghệ thuật làm bánh mì kẹp thịt: 100 công thức nâng tầm bữa ăn yêu thích của người Mỹ lên mức hoàn hảo". Bánh mì kẹp thịt, với những miếng chả ngon ngọt, lớp phủ đầy hương vị và những chiếc bánh gối mềm mại, là một phần tinh túy của ẩm thực Mỹ. Trong cuốn sách nấu ăn này, chúng tôi mời bạn khám phá nghệ thuật làm bánh mì kẹp thịt, khám phá 100 công thức nấu ăn ngon sẽ đưa trò chơi bánh mì kẹp thịt của bạn lên một tầm cao mới và thỏa mãn cơn thèm món ăn thoải mái yêu thích này của bạn.

Bánh mì kẹp thịt không chỉ là một bữa ăn; đó là bức vẽ cho sự sáng tạo ẩm thực và thể hiện cá nhân. Trong cuốn sách nấu ăn này, chúng ta sẽ đi sâu vào các yếu tố tạo nên một chiếc bánh mì kẹp thịt tuyệt vời, từ việc chọn những miếng thịt ngon nhất cho đến việc nắm vững nghệ thuật nêm gia vị, nướng và sắp xếp. Cho dù bạn thích món bánh mì kẹp thịt cổ điển và đơn giản hay có nhiều loại đồ ăn kèm và nước sốt dành cho người sành ăn, bạn sẽ tìm thấy rất nhiều cảm hứng trong những trang này.

Mỗi công thức trong cuốn sách nấu ăn này đều được chế tạo cẩn thận và chú ý đến từng chi tiết, đảm bảo rằng mỗi miếng ăn là một bản giao hưởng của hương vị và kết cấu sẽ khiến bạn thèm ăn hơn. Từ bánh mì kẹp thịt bò cổ điển cho đến những sáng tạo sáng tạo gồm thịt gà, gà tây, cá và các nguyên liệu chay, luôn có loại bánh mì kẹp thịt phù hợp với mọi khẩu vị và sở thích ăn kiêng.

Với hướng dẫn rõ ràng, mẹo hữu ích và hình ảnh ấn tượng, "The Art of the Burger" giúp bạn dễ dàng tạo ra những chiếc bánh mì kẹp thịt chất lượng nhà hàng trong sự thoải mái ngay tại nhà bếp của mình. Cho dù bạn nướng ngoài trời, nấu ăn trong nhà hay đốt bếp, những công thức nấu ăn này chắc chắn sẽ gây ấn tượng và thích thú với từng miếng ăn.

BURGER GIA CẦM

1. Burger gà tẩm muối và giấm

THÀNH PHẦN:
- 4 ổ bánh mì trắng, cắt làm đôi
- ⅓ chén sốt mayonnaise ớt
- 8 lá xà lách bơ
- 8 lát phô mai cheddar cổ điển sắc nét
- 2 quả cà chua chín
- ½ củ hành đỏ nhỏ, thái mỏng thành từng khoanh
- 4 quả dưa chua thì là, thái lát

ĐỐI VỚI GÀ TUYỆT VỜI:
- 2 ức gà
- ½ chén giấm táo
- 1 muỗng canh mù tạt Dijon
- 100g muối và dấm chip
- 1 ½ chén vụn bánh mì panko
- 2 muỗng canh hạt vừng
- ⅓ chén bột mì thường
- 2 quả trứng, đánh nhẹ
- Dầu thực vật để chiên nông

HƯỚNG DẪN:
CHUẨN BỊ GÀ TUYỆT VỜI:
a) Cắt từng miếng ức gà theo chiều ngang để tạo thành 4 miếng mỏng. Đặt chúng vào một cái bát với giấm táo, mù tạt Dijon, ½ thìa cà phê muối và hạt tiêu đen mới xay. Trộn đều và để riêng trong 20 phút để ướp.

CHUẨN BỊ LỚP PHỦ:
b) Cho muối và giấm vào máy xay thực phẩm nhỏ và xay cho đến khi nghiền nát. Chuyển chúng vào tô vừa và thêm vụn bánh mì panko và hạt vừng. Đặt hỗn hợp này sang một bên. Đổ bột mì vào đĩa và trứng đã đánh vào tô riêng.

Ủ GÀ:

c) Dùng kẹp và làm từng miếng một, lấy gà ra khỏi nước xốt, phủ bột mì, nhúng vào trứng đã đánh, sau đó ấn vào hỗn hợp vụn bánh mì để phủ kỹ. Đặt miếng thịt gà đã tráng lên đĩa. Lặp lại quá trình này cho con gà còn lại.

CHIÊN GÀ:

d) Đun nóng khoảng 1 cm dầu thực vật trong chảo lớn trên lửa vừa cao. Thêm các miếng thịt gà vào và nấu khoảng 3-4 phút mỗi mặt hoặc cho đến khi chúng chuyển sang màu vàng và chín đều.

e) Phủ một lát phô mai cheddar lên trên mỗi miếng và nấu thêm 30 giây hoặc cho đến khi phô mai tan chảy một chút. Gắp gà đã chín ra đĩa có lót sẵn khăn giấy để thấm bớt dầu thừa.

LẮP RÁP BÁNH BURGER:

f) Cắt đôi ổ bánh mì và phết sốt mayonnaise ớt vào nửa dưới. Lớp mỗi nửa dưới với rau diếp, lát cà chua, thịt gà giòn, hành tây đỏ và lát dưa chua. Phủ nửa còn lại của chiếc bánh lên trên để tạo thành một chiếc bánh burger. Phục vụ và thưởng thức!

2. Burger gà Bồ Đào Nha

THÀNH PHẦN:
ĐỐI VỚI BÁNH SỮA:
- 2 muỗng canh bột mì nguyên chất
- ½ chén vụn bánh mì mịn
- ½ thìa cà phê ớt bột xông khói
- 3 ức gà lớn hoặc 5 ức gà nhỏ
- ⅓ chén dầu hướng dương
- ⅔ cốc sốt mayonnaise
- 4 lát phô mai gouda hoặc provolone
- 1 ½ chén rau xà lách, thái nhỏ

ĐỐI VỚI BÁNH SỮA:
- ¾ cốc sữa, hâm nóng
- 7g gói men khô
- 2 muỗng canh đường bột
- 300g bột mì hoặc bột mì thường, có thể thêm nếu cần
- 50g bơ lạt cắt nhỏ, để mềm
- 1 lòng đỏ trứng kết hợp với 1 thìa nước
- 2 thìa cà phê hạt vừng

ĐỐI VỚI SỐT PERI PERI:
- ⅓ cốc dầu ô liu nguyên chất
- 2 muỗng canh đường bột
- ⅓ cốc giấm rượu vang đỏ
- 10 quả ớt mắt chim, 8 quả bỏ hạt
- 4 tép tỏi
- 20g gừng
- Vỏ và thịt của 1 quả chanh
- 1 muỗng cà phê ớt bột xông khói
- Chút muối

HƯỚNG DẪN:
ĐỐI VỚI BÁNH SỮA:

a) Cho sữa ấm, men và đường vào tô của máy trộn đứng và để yên trong 5 phút cho đến khi nổi bọt. Cho bột mì cùng 1 thìa muối vào rồi dùng móc bột trộn đều cho đến khi mịn và đàn hồi.

b) Khi động cơ đang chạy, thêm bơ vào và trộn trong 6-8 phút cho đến khi hòa quyện và mịn.

c) Thêm một ít bột mì nếu cần thiết để mang hỗn hợp lại với nhau. Chuyển bột vào tô đã phết dầu mỡ và để ở nơi ấm áp trong 1 giờ để chứng minh.

d) Chia bột thành 5 phần, dùng tay rắc bột mì vo thành từng viên tròn. Đặt trên khay lót giấy và để riêng trong 40 phút nữa hoặc cho đến khi kích thước tăng gấp đôi.

e) Làm nóng lò ở nhiệt độ 180°C. Trộn lòng đỏ trứng với 1 thìa nước rồi phết lên mặt bánh, sau đó rắc mè. Nướng trong 10 phút hoặc cho đến khi phồng lên và vàng. (Khi nướng bánh nên đổ một ít nước vào đáy lò để tạo hơi nước, việc này sẽ giúp tạo thành một lớp vỏ mỏng trên bánh.)

ĐỐI VỚI SỐT PERI PERI:

f) Cho tất cả nguyên liệu vào máy xay thực phẩm nhỏ và chế biến cho đến khi thái nhỏ.

g) Chuyển hỗn hợp vào chảo trên lửa vừa và khuấy trong 6-8 phút hoặc cho đến khi đặc lại. Hủy bỏ nhiệt và đặt sang một bên để nguội.

ĐỐI VỚI GÀ:

h) Trộn bột mì, vụn bánh mì, ớt bột và 1 thìa cà phê muối vào tô. Để qua một bên. Cắt ức gà theo chiều ngang thành từng lát dày 1 cm. Đặt từng miếng bánh vào giữa 2 tờ giấy nướng và giã cho hơi dẹt, sau đó phủ nhẹ từng miếng bánh vào hỗn hợp bột.

i) Đun nóng 2 muỗng canh dầu trong chảo lớn trên lửa vừa cao. Nấu từng mẻ gà trong 2 phút mỗi mặt, dùng thìa ấn xuống cho đến khi vàng, chín đều và bắt đầu cháy thành than.

j) Thêm dầu bổ sung nếu cần thiết. Chuyển sang đĩa.

CUỘC HỌP:

k) Tách bánh ra, sau đó phết sốt mayonnaise lên trên. Phủ rau diếp cắt nhỏ lên trên, sau đó là hai lát thịt gà. Rưới nước sốt Peri Peri và phủ phô mai lên trên. Phết thêm sốt mayonnaise và sốt Peri Peri lên trên nắp bánh sữa rồi đặt lên trên bánh mì kẹp thịt.

l) Phục vụ ngay lập tức.

3. Harissa & Burger gà bơ sữa

THÀNH PHẦN:

- 1 cốc (250ml) bơ sữa
- 2 muỗng canh Harissa
- Nước ép của 1 quả chanh
- 4 đùi gà lớn (khoảng 200g mỗi cái)
- 1 cốc (150g) bột mì thường
- 1/4 cốc (35g) bột ngô
- 1 thìa cà phê bột tỏi
- 1 thìa cà phê rau mùi đất
- 1 thìa cà phê cây thù du
- 1 quả dưa chuột Lebanon, thái lát mỏng (dùng đàn mandolin)
- 1 thìa cà phê đường
- 1/2 cốc (125ml) sốt mayonnaise trứng nguyên chất
- Dầu hướng dương, để chiên ngập dầu
- 1 xà lách bơ, tách lá
- 4 chiếc bánh burger lớn, cắt đôi và nướng nhẹ

HƯỚNG DẪN:

Ướp gà:

a) Trong một cái bát, trộn bơ sữa, 1 muỗng canh harissa, một nửa nước cốt chanh và 3 muỗng cà phê muối. Cho đùi gà vào, tráng đều rồi cho vào tủ lạnh để ướp trong 30 phút (hoặc thậm chí qua đêm).

b) Trong một bát khác, trộn bột mì, bột ngô, bột tỏi, rau mùi xay, cây thù du, 2 thìa cà phê muối và 1/2 thìa cà phê tiêu đen xay. Để qua một bên.

LÀM DƯA CHUỘT:

c) Trong một bát riêng, trộn dưa chuột, nước cốt chanh còn lại, đường và 1/2 thìa cà phê muối. Đặt sang một bên trong 15 phút để ngâm nhẹ.

CHUẨN BỊ MAYONNAISE HARISSA:

d) Kết hợp sốt mayonnaise và 1 muỗng canh harissa còn lại vào một cái bát nhỏ.

e) Đổ dầu hướng dương vào một nửa nồi chiên ngập dầu hoặc chảo lớn rồi đun nóng đến 170°C (một khối bánh mì sẽ chuyển sang màu nâu sau 20 giây). Làm hai mẻ, lấy gà ra khỏi sữa bơ và cho vào hỗn hợp bột, chuyển sang lớp áo. Chiên trong 7 phút hoặc cho đến khi giòn và chín. Xả thịt gà trên khăn giấy và phủ giấy bạc trong khi nấu phần thịt gà còn lại.

LẮP RÁP BÁNH BURGER:

f) Rưới sốt mayonnaise harissa lên các mặt cắt của bánh. Phủ nửa dưới lên trên với rau diếp, dưa chuột ráo nước và gà rán. Sandwich với nửa trên.

g) Thưởng thức bánh mì kẹp thịt bơ sữa giòn và gà Harissa của bạn!

4. Bánh mì kẹp thịt Thổ Nhĩ Kỳ Jalapeño với Cotija Salsa

THÀNH PHẦN:
- 1 pound ức gà tây xay (99% nạc)
- ½ củ hành vàng vừa, thái hạt lựu
- 1 jalapeño, thái nhỏ (bỏ hạt và xương sườn)
- 2 thìa cà phê thì là
- 1½ muỗng cà phê ớt bột
- ½ thìa cà phê bột tỏi
- ¼ thìa cà phê muối
- ¼ thìa cà phê tiêu
- 4 tai ngô
- 1 muỗng canh dầu ô liu
- ½ chén hành đỏ thái hạt lựu
- ⅓ chén ngò xắt nhỏ
- Nước cốt của 2 quả chanh
- ½ chén phô mai cotija vụn
- ¼ thìa cà phê muối
- ¼ thìa cà phê tiêu
- Bánh mì nguyên hạt (nướng nếu muốn)
- Xà lách Bibb để phủ lên trên
- Bơ để làm topping

HƯỚNG DẪN:
a) Trong một bát vừa, kết hợp gà tây xay, hành tây vàng thái hạt lựu, ớt jalapeño thái nhỏ, thì là, bột ớt, bột tỏi, muối và tiêu. Trộn các nguyên liệu bằng tay và nặn chúng thành bốn miếng có kích thước bằng nhau.

b) Quét dầu ô liu lên tai ngô và rắc nhẹ muối và tiêu. Đặt ngô sang một bên.

c) Làm nóng lò nướng hoặc chảo nướng của bạn ở nhiệt độ trung bình cao. Nướng bánh mì kẹp thịt gà tây trong khoảng 4-5 phút mỗi mặt hoặc cho đến khi chúng chín đều. Trong khi nướng bánh mì kẹp thịt, bạn cũng có thể nướng ngô, lật chúng mỗi phút hoặc lâu hơn để có được than đều.

d) Để làm món salsa, hãy cắt hạt ngô nướng ra khỏi lõi và cho chúng vào tô vừa. Thêm hành đỏ thái hạt lựu, ngò cắt nhỏ, nước cốt chanh, phô mai cotija vụn, muối và hạt tiêu. Khuấy mọi thứ lại với nhau. Nếm thử và điều chỉnh gia vị nếu cần, thêm nước cốt chanh nếu muốn.

e) Lắp ráp bánh mì kẹp thịt bằng cách đặt từng miếng gà tây lên một chiếc bánh. Phủ lên trên cùng rau diếp bibb, lát bơ và một thìa đầy đủ salsa ngô nướng cotija.

f) Phục vụ bánh mì kẹp thịt Thổ Nhĩ Kỳ Jalapeño thơm ngon của bạn với ngô nướng Cotija Salsa và bơ! Thưởng thức!

5. Ricotta và Basil Thổ Nhĩ Kỳ Burger

THÀNH PHẦN:
- 1 pound gà tây xay
- 1 cốc phô mai ricotta
- $\frac{1}{2}$ chén húng quế tươi cắt nhỏ
- $\frac{1}{2}$ thìa cà phê bột tỏi
- Muối và tiêu
- Bánh burger và topping tùy thích

HƯỚNG DẪN:
a) Làm nóng lò nướng hoặc chảo nướng của bạn ở nhiệt độ trung bình cao.
b) Trong một tô trộn, trộn gà tây xay, phô mai ricotta, húng quế cắt nhỏ, bột tỏi, muối và tiêu.
c) Trộn đều và tạo thành 4 miếng có kích thước bằng nhau.
d) Nướng bánh mì kẹp thịt trong 4-5 phút mỗi mặt hoặc cho đến khi chín theo ý thích của bạn.
e) Nướng bánh burger trên vỉ nướng.
f) Lắp ráp bánh mì kẹp thịt với lớp phủ bên trên mà bạn mong muốn.
g) Phục vụ và thưởng thức.

6. Bánh mì kẹp thịt Thổ Nhĩ Kỳ Feta

THÀNH PHẦN:

- 8 ounce ức gà tây xay
- 1½ muỗng canh dầu ô liu nguyên chất
- 2 tép tỏi, xay
- 2 muỗng cà phê oregano tươi, xắt nhỏ
- ½ muỗng cà phê ớt đỏ, nghiền nát
- Muối, theo yêu cầu
- ¼ chén phô mai feta, vụn

HƯỚNG DẪN:

a) Trong một tô lớn, thêm tất cả nguyên liệu trừ phô mai feta và trộn cho đến khi kết hợp tốt.
b) Làm 2 miếng chả (dày ½ inch) từ hỗn hợp.
c) Nhấn nút CHẾ ĐỘ AIR OVEN của Lò nướng không khí kỹ thuật số và xoay nút xoay để chọn chế độ "Air Fry".
d) Nhấn nút THỜI GIAN/Lát và xoay nút xoay lần nữa để đặt thời gian nấu thành 15 phút.
e) Bây giờ hãy nhấn nút TEMP/SHADE và xoay nút xoay để đặt nhiệt độ thành 360 ° F.
f) Nhấn nút "Bắt đầu/Dừng" để bắt đầu.
g) Khi thiết bị phát ra tiếng bíp cho biết thiết bị đã được làm nóng trước, hãy mở cửa lò.
h) Xếp các miếng chả vào giỏ chiên đã phết dầu rồi cho vào lò nướng.
i) Lật bánh mì kẹp thịt gà tây một lần giữa chừng.
j) Khi thời gian nấu hoàn tất, hãy mở cửa lò và dùng nóng với phô mai feta phủ lên trên.

7. Burger gà bơ Madras

THÀNH PHẦN:

- 2 ức gà (khoảng 500g), cắt thành khối 1cm
- 1 muỗng canh bột cà ri Madras nóng
- 1 muỗng canh hạt nigella
- 60g bơ lạt, cắt nhỏ, để mềm
- 6 chiếc bánh burger nhỏ màu trắng hoặc bánh mì cuộn
- 2 muỗng canh tương ớt xoài, cộng thêm để phục vụ
- ½ cốc (140g) sữa chua Hy Lạp
- ½ đầu xà lách bơ, tách lá
- Lá rau mùi, để phục vụ
- Ớt xanh dài thái mỏng (tùy chọn), để dùng
- Nêm chanh, để phục vụ

HƯỚNG DẪN:

a) Lót giấy nướng vào khay và xếp các vòng trứng lên khay đã chuẩn bị sẵn. Cho gà, bột cà ri, hạt nigella và bơ vào tô rồi khuấy đều cho đến khi gà ngấm đều. Chia đều hỗn hợp gà vào các vòng trứng và để lạnh trong 2 giờ hoặc cho đến khi các miếng chả đông lại.

b) Đun nóng chảo chống dính trên lửa vừa cao. Thêm miếng chả vào vòng trứng và nấu trong 4 phút hoặc cho đến khi vàng.

c) Lật miếng chả và khoanh tròn rồi nấu thêm 4 phút nữa hoặc cho đến khi miếng chả chín hẳn. Lấy ra khỏi các vòng và đặt sang một bên, phủ nhẹ bằng giấy bạc.

d) Tách bánh và phết tương ớt lên đế và sữa chua lên nắp. Phủ lên mỗi lớp nền một lớp rau diếp và miếng chả gà. Rắc rau mùi và ớt nếu dùng và nêm gia vị.

e) Bánh mì kẹp thịt có nắp đậy bên trên và dùng kèm thêm tương ớt xoài và chanh.

8. Đùi gà nướng

THÀNH PHẦN:

- 8 ounce xà lách trộn cắt nhỏ
- lon 8 ounce miếng dứa, đã ráo nước
- $\frac{1}{2}$ cốc nước sốt xà lách trộn
- 1 chén nước sốt thịt nướng
- $\frac{1}{2}$ muỗng cà phê nước sốt ớt cay
- $\frac{1}{2}$ muỗng cà phê muối
- 4 miếng ức gà không xương, không da
- 4 bánh hamburger

HƯỚNG DẪN:

a) Trong một đĩa lớn, trộn xà lách trộn, dứa và nước sốt; Trộn đều và để một bên.

b) Trong một món ăn vừa phải, trộn nước sốt thịt nướng và nước sốt nóng. Rắc đều muối lên cả hai mặt gà rồi rưới hỗn hợp nước sốt lên.

c) Nướng ức gà trong vòng 10 đến 13 phút hoặc cho đến khi không còn màu hồng và nước chảy trong, đảo thường xuyên và trong 5 phút đầu tiên, mỗi lần phết chúng bằng nước sốt thịt nướng.

d) Đặt gà lên bánh, phủ xà lách trộn lên trên và thưởng thức.

9. Bánh mì kẹp thịt Thổ Nhĩ Kỳ Hy Lạp với Feta

THÀNH PHẦN:
- $1\frac{1}{4}$ pound gà tây nạc
- 1 quả trứng, đánh đập
- $\frac{1}{2}$ củ hành đỏ vừa, băm nhỏ, cộng thêm 4 lát hành đỏ mỏng
- 2 muỗng canh mùi tây tươi xắt nhỏ
- 2 thìa ô liu Kalamata băm nhỏ
- 2 thìa cà phê oregano tươi xắt nhỏ
- 1 tép tỏi, băm nhỏ
- $\frac{1}{2}$ muỗng cà phê hạt tiêu mới xay
- 4 bánh hamburger làm từ lúa mì nguyên hạt, nướng
- 4 nắm lá rau muống non
- 1 quả cà chua lớn, thái lát

HƯỚNG DẪN:
a) Trong một tô trộn lớn, kết hợp gà tây, trứng, hành tây băm, rau mùi tây, ô liu, lá oregano, tỏi và hạt tiêu rồi trộn đều. Nặn hỗn hợp thành 4 miếng có kích thước bằng nhau, dày khoảng $\frac{1}{2}$ inch.

b) Đun nóng món nướng hoặc vỉ nướng ở lửa vừa cao hoặc đun nóng chảo chống dính ở lửa vừa cao. Nướng bánh mì kẹp thịt trong khoảng 4 phút mỗi mặt cho đến khi chín đều và chín vàng ở bên ngoài.

c) Phục vụ bánh mì kẹp thịt bên trong bánh với rau bina, cà chua và một lát hành đỏ. Cung cấp các loại gia vị như sốt mayonnaise, sốt cà chua hoặc mù tạt tùy thích.

10. Burger gà trâu

THÀNH PHẦN:
- 1 pound thịt gà xay
- ¼ chén nước sốt nóng
- 2 thìa cần tây thái nhỏ
- 2 muỗng canh hành đỏ thái nhỏ
- 1 tép tỏi, băm nhỏ
- Muối và hạt tiêu cho vừa ăn
- 4 bánh burger
- Sốt phô mai xanh và rau diếp để phủ lên trên

HƯỚNG DẪN:
a) Trong một bát, trộn thịt gà xay, nước sốt nóng, cần tây, hành đỏ, tỏi, muối và tiêu.
b) Trộn đều cho đến khi tất cả các thành phần được kết hợp đồng đều.
c) Chia hỗn hợp thành bốn phần bằng nhau và tạo hình thành những miếng chả.
d) Làm nóng trước vỉ nướng hoặc chảo bếp trên lửa vừa cao.
e) Nấu miếng chả gà khoảng 4-5 phút mỗi mặt hoặc cho đến khi nhiệt độ bên trong đạt 165°F (74°C).
f) Nướng nhẹ bánh burger trên vỉ nướng hoặc trong máy nướng bánh mì.
g) Trải sốt phô mai xanh lên nửa dưới của mỗi chiếc bánh.
h) Đặt miếng thịt gà lên trên, tiếp theo là rau diếp.
i) Phủ nửa trên của chiếc bánh lên và thưởng thức.

11. Burger Thổ Nhĩ Kỳ và Cranberry

THÀNH PHẦN:
- 1 pound gà tây xay
- ¼ cốc quả nam việt quất khô, cắt nhỏ
- 2 muỗng canh hành lá thái nhỏ
- 2 muỗng canh mùi tây tươi xắt nhỏ
- 1 tép tỏi, băm nhỏ
- Muối và hạt tiêu cho vừa ăn
- 4 bánh burger
- Sốt nam việt quất và lá rau bina để phủ lên trên

HƯỚNG DẪN:
a) Trong một cái bát, kết hợp gà tây xay, quả nam việt quất khô, hành lá, rau mùi tây, tỏi, muối và hạt tiêu.
b) Trộn đều cho đến khi tất cả các thành phần được kết hợp đồng đều.
c) Chia hỗn hợp thành bốn phần bằng nhau và tạo hình thành những miếng chả.
d) Làm nóng trước vỉ nướng hoặc chảo bếp trên lửa vừa cao.
e) Nấu miếng gà tây trong khoảng 4-5 phút mỗi mặt hoặc cho đến khi chúng đạt nhiệt độ bên trong là 165°F (74°C).
f) Nướng nhẹ bánh burger trên vỉ nướng hoặc trong máy nướng bánh mì.
g) Đặt một miếng thịt gà tây vào nửa dưới của mỗi chiếc bánh.
h) Rắc nước sốt nam việt quất và lá rau bina lên trên.
i) Phủ nửa trên của chiếc bánh lên và thưởng thức.

12. Burger gà Pesto

THÀNH PHẦN:

- 1 pound thịt gà xay
- ¼ chén sốt pesto đã chuẩn bị
- 2 muỗng canh phô mai Parmesan bào
- 1 tép tỏi, băm nhỏ
- Muối và hạt tiêu cho vừa ăn
- 4 bánh burger
- Cà chua thái lát và lá húng quế tươi để phủ lên trên

HƯỚNG DẪN:

a) Trong một bát, trộn thịt gà xay, sốt pesto, phô mai Parmesan, tỏi, muối và tiêu.

b) Trộn đều cho đến khi tất cả các thành phần được kết hợp đồng đều.

c) Chia hỗn hợp thành bốn phần bằng nhau và tạo hình thành những miếng chả.

d) Làm nóng trước vỉ nướng hoặc chảo bếp trên lửa vừa cao.

e) Nấu miếng chả gà khoảng 4-5 phút mỗi mặt hoặc cho đến khi nhiệt độ bên trong đạt 165°F (74°C).

f) Nướng nhẹ bánh burger trên vỉ nướng hoặc trong máy nướng bánh mì.

g) Đặt một miếng thịt gà vào nửa dưới của mỗi chiếc bánh.

h) Phủ cà chua thái lát và lá húng quế tươi lên trên.

i) Phủ nửa trên của chiếc bánh lên và thưởng thức.

13. Burger rau bina và Feta Thổ Nhĩ Kỳ

THÀNH PHẦN:
- 1 pound gà tây xay
- ½ chén rau bina nấu chín xắt nhỏ (vắt bớt độ ẩm dư thừa)
- 2 muỗng canh phô mai feta vụn
- 2 tép tỏi, băm nhỏ
- Muối và hạt tiêu cho vừa ăn
- 4 bánh burger
- Sốt Tzatziki và dưa chuột thái lát để phủ lên trên

HƯỚNG DẪN:
a) Trong một cái bát, kết hợp gà tây xay, rau bina cắt nhỏ, phô mai feta, tỏi, muối và hạt tiêu.
b) Trộn đều cho đến khi tất cả các thành phần được kết hợp đồng đều.
c) Chia hỗn hợp thành bốn phần bằng nhau và tạo hình thành những miếng chả.
d) Làm nóng trước vỉ nướng hoặc chảo bếp trên lửa vừa cao.
e) Nấu miếng gà tây trong khoảng 4-5 phút mỗi mặt hoặc cho đến khi chúng đạt nhiệt độ bên trong là 165°F (74°C).
f) Nướng nhẹ bánh burger trên vỉ nướng hoặc trong máy nướng bánh mì.
g) Rưới sốt tzatziki lên nửa dưới của mỗi chiếc bánh.
h) Đặt miếng chả gà tây lên trên, tiếp theo là dưa chuột thái lát.
i) Phủ nửa trên của chiếc bánh lên và thưởng thức.

BÁNH MỲ KẸP THỊT BÒ

14. Monty đầy đủ bánh mì kẹp thịt

THÀNH PHẦN:

- 500g thịt bò bằm
- 500g xúc xích bò, bỏ vỏ
- 6 miếng thịt xông khói
- 1 củ hành lớn, thái lát mỏng
- 225g củ cải đường, để ráo nước và cắt nhỏ
- 6 khoanh dứa, để ráo nước
- 6 quả trứng
- 6 lát phô mai ngon
- 6 ổ bánh mì mềm, cắt đôi theo chiều ngang
- 2 chén rau diếp tảng thái nhỏ
- 3 quả dưa chuột lớn, thái lát theo chiều dọc
- Thịt nướng & sốt cà chua, phục vụ

HƯỚNG DẪN:

a) Trong một tô lớn, trộn thịt bò băm và thịt xúc xích vào, trộn đều để hòa quyện. Chia hỗn hợp thành 6 miếng và cán dẹt từng miếng thành miếng thô có đường kính 12cm. Để qua một bên.

b) Đun nóng một đĩa phẳng nướng đã được bôi một ít dầu mỡ và vỉ nướng ở nhiệt độ cao.

c) Nướng thịt xông khói trong 3-4 phút, lật mặt cho đến khi chín và giòn. Nấu hành tây và củ cải đường trên đĩa phẳng, đảo thường xuyên trong 4-5 phút cho đến khi hành tây chuyển sang màu caramen. Đặt cả hai sang một bên và giữ ấm.

d) Đặt các khoanh dứa lên đĩa phẳng và đập một quả trứng vào giữa mỗi khoanh dứa. Nấu khoảng 4-6 phút cho đến khi trứng chín theo ý thích của bạn. Đặt chúng sang một bên với các thành phần khác.

e) Nướng miếng chả trong 2-3 phút ở một mặt, sau đó lật chúng lại. Phủ một lát phô mai lên trên mỗi miếng bánh và nấu thêm 3-4 phút nữa cho đến khi các miếng bánh chín và phô mai tan chảy.

f) Đặt một miếng chả lên đế ổ bánh mì, sau đó phủ hành tây và củ cải đường lên trên, tiếp theo là thịt xông khói và dứa với trứng. Rắc lên rau xà lách vụn và phủ dưa chuột lên trên.

g) Ăn kèm với nước sốt yêu thích của bạn.

15. Bánh mì kẹp thịt Quattro Formaggi đã được nạp sẵn

THÀNH PHẦN:

- ½ cốc (125ml) sữa
- 2 lát (80g) bánh mì bột chua trắng, bỏ vỏ
- 700g thịt bò bằm loại ngon
- 100g cá cắt nhỏ, thái nhỏ
- 1 quả trứng, đánh nhẹ
- 2 thìa hẹ thái nhỏ
- 1 củ hành lá, cắt nhỏ, thái nhỏ
- ¼ thìa cà phê hạt nhục đậu khấu
- ¼ cốc (20g) phô mai parmesan bào
- ¼ cốc (20g) pecorino bào
- 4 lát phô mai fontina
- 4 lát phô mai Manchego
- 4 bánh burger brioche, nướng nhẹ
- 1 xà lách non, tách lá
- 265g cà chua gia truyền lớn, thái lát dày
- Dưa chuột thái lát, sốt thịt nướng và khoai tây chiên nóng để phục vụ

HƯỚNG DẪN:

a) Cho sữa vào tô vừa. Thêm bánh mì và ngâm trong 5 phút. Nhẹ nhàng bóp bánh mì và loại bỏ sữa thừa.

b) Chuyển bánh mì đã ngâm vào một tô lớn cùng với thịt bò băm, thịt băm nhuyễn, trứng đánh tan, hẹ thái nhỏ, hành lá thái nhỏ, nhục đậu khấu xay, phô mai parmesan bào và pecorino bào.

c) Nêm hỗn hợp với muối và hạt tiêu. Dùng tay khuấy đều để tất cả nguyên liệu hòa quyện. Chia hỗn hợp thành bốn miếng bánh burger. Đặt chúng lên đĩa, đậy nắp và để lạnh trong 30 phút để chúng cứng lại.

d) Đun nóng vỉ nướng hoặc chảo nướng chống dính trên lửa vừa cao.

e) Nấu các miếng bánh mì kẹp thịt trong 4-5 phút mỗi mặt cho đến khi chúng chín theo ý thích của bạn. Trên mỗi miếng bánh có một lát fontina và một lát Manchego. Đậy nắp trong 1 phút để nhiệt dư làm tan chảy phô mai.

LẮP RÁP BÁNH BURGER:

f) Rưới nước sốt thịt nướng lên đế mỗi chiếc bánh. Sau đó, phủ rau diếp, miếng bánh mì kẹp thịt, cà chua thái lát dày và dưa chua lên trên. Đậy nắp bánh lại. Ăn kèm với khoai tây chiên nóng.

g) Thưởng thức bánh mì kẹp thịt Quattro Formaggi (Four Cheese) thơm ngon của bạn, đặc biệt khi kết hợp với hoa hồng khô!

16. Burger ức bò

THÀNH PHẦN:

- 1 cốc (280g) sữa chua Hy Lạp
- 4 chiếc bánh burger, cắt đôi theo chiều ngang
- 8 lát phô mai Leicester đỏ mỏng
- 1 củ hành đỏ, thái lát mỏng
- 2 chén nhánh cải xoong đóng gói lỏng lẻo
- 3 củ cải đỏ, thái lát mỏng, cộng thêm một nửa củ cải để phục vụ

ĐỐI VỚI BỨC ỨC CHẬM:

- $\frac{1}{4}$ cốc (60ml) dầu ô liu nguyên chất
- 1,5 kg thịt ức bò, cắt nhỏ

ĐỐI VỚI SỐT ỚT KHÓI:

- 2 cốc (500ml) nước sốt thịt nướng
- $\frac{1}{2}$ cốc (125ml) si-rô phong
- 1 muỗng canh ớt bột hun khói (pimentón)
- 1 thìa cà phê ớt xay

HƯỚNG DẪN:

a) Làm nóng lò nướng của bạn ở nhiệt độ 200°C.

b) Để chuẩn bị món ức om chậm, hãy đun nóng dầu ô liu trong chảo chịu nhiệt ở lửa cao. Thêm ức và nấu trong 2 phút mỗi bên cho đến khi nó có màu nâu đẹp mắt.

c) Thêm 2 cốc (500ml) nước vào, đun sôi, đậy nắp rồi cho vào lò nướng. Giảm nhiệt độ lò xuống 160°C và om ức, lật nửa chừng trong 4 giờ hoặc cho đến khi ức rất mềm.

d) Lấy thịt ra khỏi nước om và để ức sang một bên cho nguội. Nếu bạn định dùng nó để làm món rendang thịt bò, hãy bảo quản một nửa phần thịt ức đã nguội trong hộp kín, để trong tủ lạnh tối đa 3 ngày hoặc trong tủ đông tối đa 3 tháng.

e) Trong khi nấu thịt ức, hãy chuẩn bị tương ớt khói. Trong chảo trên lửa vừa cao, kết hợp tất cả các thành phần nước sốt và đun sôi. Nấu trong khi khuấy trong 2 phút để phát triển hương vị. Lấy nước sốt ra khỏi bếp và để nguội. (Bạn có thể bảo quản nước sốt, đậy kín và để lạnh trong tối đa 3 tuần.)

f) Sau khi ức đã đủ nguội để cầm, hãy dùng nĩa xé nhỏ thành từng miếng và trộn với 1 cốc (250ml) tương ớt khói.

g) Đối với sữa chua ớt, cho 2 thìa tương ớt khói vào tô sữa chua Hy Lạp. Để nó bên cạnh.

h) Làm nóng lò nướng ở nhiệt độ cao.

i) Đặt những chiếc bánh mì kẹp thịt đã cắt sẵn lên trên khay nướng và nướng chúng, kiểm tra thường xuyên trong 2 phút hoặc cho đến khi chúng chuyển sang màu vàng. Chia hỗn hợp ức vào giữa hai nửa dưới của bánh, rưới một ít tương ớt khói dành riêng và phủ 2 lát phô mai lên trên. Đặt bánh mì kẹp thịt đã lắp ráp lên khay nướng và nướng trong 90 giây hoặc cho đến khi phô mai bắt đầu tan chảy.

j) Đặt nắp bánh mì lên trên bánh mì kẹp thịt và dùng ngay với hành tây thái lát, cải xoong, củ cải thái lát và sữa chua ớt. Bạn cũng có thể phục vụ chúng với một nửa củ cải bổ sung ở bên cạnh. Thưởng thức bánh mì kẹp thịt ức bò om chậm!

17. Burger nấm và thịt bò với Chipotle Mayo

THÀNH PHẦN:

- Dầu ô liu, để chiên
- 250g nấm porta bellini, thái hạt lựu
- Vỏ của nửa quả chanh
- 250g thịt bò nạc xay thả vườn
- ½ muỗng cà phê muối
- ½ muỗng cà phê lá oregano khô
- Một nhúm rau mùi đất hào phóng
- Hạt tiêu vừa mới nghiền
- 1 thìa cà phê mù tạt Dijon
- 2 củ hành lá, thái hạt lựu
- ½ chén quinoa nấu chín, để nguội
- 1 quả trứng
- ½ chén vụn bánh mì tươi
- 2 muỗng canh giấm balsamic
- Bánh hamburger, phết bơ nhẹ
- Cà chua thái lát
- vòng hành tây đỏ
- Lá xà lách giòn
- 3 muỗng canh sốt mayonnaise đặc kết hợp với ½ muỗng cà phê bột chipotle và vắt nước cốt chanh

HƯỚNG DẪN:

a) Đun nóng 1 thìa dầu ô liu trong chảo và xào nấm thái hạt lựu trên lửa cao cho đến khi tất cả chất lỏng bay hơi hết. Nêm nhẹ muối và hạt tiêu đen mới xay. Thêm vỏ chanh vào và trộn đều. Chuyển nấm vào tô trộn và để nguội.

b) Với nấm đã nguội, thêm thịt bò nạc băm, muối, lá oregano khô, rau mùi xay, tiêu đen mới xay, mù tạt Dijon, hành lá thái hạt lựu, quinoa nấu chín để nguội, trứng và vụn bánh mì tươi. Trộn tất cả mọi thứ bằng tay để đảm bảo tất cả các thành phần được kết hợp hoàn toàn.

c) Chia hỗn hợp thành 5-6 phần bằng nhau và tạo thành những miếng bánh burger. Đậy các miếng chả và làm lạnh chúng trong tủ lạnh cho đến khi chúng cứng lại.

d) Đun nóng 1 thìa dầu ô liu trong chảo chống dính và chiên các miếng bánh burger cho đến khi một mặt có lớp vỏ vàng. Cẩn thận lật chúng lại và nấu thêm 3-4 phút hoặc cho đến khi thịt đạt độ chín mong muốn.

e) Khử men trên chảo bằng cách thêm giấm balsamic và để giấm giảm bớt. Thêm một chút nước vào chảo và lật các miếng bánh mì kẹp thịt lên để nước ép dính của chảo phủ đều lên cả hai mặt.

f) Trong khi nướng bánh, hãy nướng bánh hamburger.

g) Lắp ráp bánh mì kẹp thịt của bạn bằng cách xếp chúng với lá rau diếp giòn, cà chua thái lát, miếng thịt bò, hành tây đỏ và cuối cùng là một miếng mayo chipotle hào phóng.

h) Đóng chiếc bánh mì kẹp thịt với phần bánh trên cùng, và bạn đã có nó - Bánh mì kẹp thịt bò và nấm bổ dưỡng với Chipotle Mayo đã sẵn sàng để thưởng thức!

18. Burger thịt ức và kim chi Hàn Quốc

THÀNH PHẦN:

- 500g thịt ức bò, băm nhỏ
- 125g hạt, bỏ vỏ, băm nhỏ
- ⅓ cốc (80ml) nước tương nhạt
- Dầu hướng dương, để đánh răng
- 6 củ hành lá, phần xanh đậm thái mỏng, phần nhạt cắt đôi
- 2 quả ớt chuông xanh, cắt làm 4 theo chiều dọc
- 6 chiếc bánh burger brioche, tách đôi, phết dầu, rắc mè đen
- Kewpie mayonnaise và gochujang (tương ớt Hàn Quốc), để phục vụ

ĐỐI VỚI KIMCHI NHANH CHÓNG:

- ¼ cốc (55g) muối
- ⅓ Bắp cải (wombok), thái lát
- 4 tép tỏi, nghiền nát
- ¼ cốc (55g) đường bột
- 2 thìa nước mắm
- 1 muỗng canh ớt khô

HƯỚNG DẪN:

a) Kết hợp thịt ức băm, thịt băm băm và 2 muỗng canh nước tương. Tạo hỗn hợp thành 6 miếng và làm phẳng chúng. Quét miếng chả với 2 thìa nước tương còn lại. Thư giãn chúng trong 30 phút.

b) Trong một cái bát, trộn muối, bắp cải thái lát và 2 cốc (500ml) nước nóng. Che và đặt nó sang một bên trong 15 phút. Rửa sạch và để ráo bắp cải. Cho hành lá thái lát và các nguyên liệu kim chi còn lại vào trộn đều.

c) Đun nóng chảo nướng trên lửa cao và phết dầu vào chảo. Nấu ớt chuông và hành lá nhạt cắt đôi trong 2-3 phút hoặc cho đến khi chúng mềm. Loại bỏ chúng và đặt chúng sang một bên.

d) Quét thêm một ít dầu vào chảo nướng. Chiên miếng chả trong 2 phút mỗi mặt. Giảm nhiệt xuống mức trung bình và nấu thêm 3 phút cho mỗi mặt hoặc cho đến khi chúng cháy thành than và chín đều.

LẮP RÁP BÁNH BURGER:

e) Rưới sốt mayonnaise vào đế bánh. Phủ ớt chuông, chả, tương ớt, hành lá, kim chi và nắp bánh bao lên trên. Phục vụ bánh mì kẹp thịt ức Hàn Quốc và Kimchi ngon tuyệt của bạn!

f) Hãy tận hưởng sự kết hợp độc đáo giữa các hương vị trong món burger này!

19. Bánh mì kẹp phô mai Havarti BBQ

THÀNH PHẦN:

- 1 pound thịt bò xay
- ½ muỗng cà phê muối
- ½ thìa cà phê tiêu
- 3 muỗng canh sốt BBQ
- 1 muỗng canh dầu ô liu
- 1 thìa bơ
- 8 ounce phô mai Havarti, thái lát
- 4 đến 6 bánh brioche hoặc bánh hạt vừng, tùy theo kích cỡ bạn thích
- Rau xanh để phục vụ

HƯỚNG DẪN:

a) Cho thịt bò xay vào tô và nêm muối và hạt tiêu. Thêm sốt BBQ và nhẹ nhàng trộn mọi thứ bằng tay để kết hợp. Tạo hỗn hợp thành 4 đến 6 miếng, tùy thuộc vào kích cỡ bánh mì kẹp thịt và kích cỡ bánh mì ưa thích của bạn.

b) Đun nóng chảo lớn (hoặc vỉ nướng, nếu bạn thích) trên lửa vừa. Thêm dầu ô liu và bơ vào chảo.

c) Nấu các miếng bánh mì kẹp thịt cho đến khi chúng chín vàng cả hai mặt và đạt độ chín như bạn mong muốn. Thông thường, sẽ mất khoảng 3 đến 4 phút mỗi mặt đối với món chín vừa, nhưng thời gian nấu có thể thay đổi tùy theo độ dày của bánh mì kẹp thịt của bạn.

d) Một hoặc hai phút trước khi làm xong bánh mì kẹp thịt, đặt các lát phô mai Havarti lên trên mỗi miếng bánh và đậy nắp chảo lại để phô mai tan chảy.

e) Để gói bánh mì kẹp thịt, hãy bắt đầu bằng cách phết một ít sốt BBQ lên nửa dưới của mỗi chiếc bánh. Sau đó, phủ một ít rau xanh vào mùa xuân. Đặt miếng chả đã nấu chín lên trên các loại rau xanh, rưới thêm sốt BBQ và hoàn thiện với nửa trên của chiếc bánh.

f) Phục vụ món Bánh mì kẹp thịt phô mai Havarti BBQ của bạn với một phần khoai lang chiên phong phú. Thưởng thức!

20. Burger Sốt Teriyaki

THÀNH PHẦN:
SỐT TERIYAKI:
- 3 muỗng canh nước tương
- 2 thìa mirin
- 2 muỗng canh rượu sake
- 2 thìa đường

BÁNH MÌNH:
- 1 ½ pound thịt bò xay (80 phần trăm nạc)
- 1 muỗng canh dầu hạt cải
- 4 bánh hamburger, chia đôi

Topping:
- ½ cốc sốt mayonaise
- 2 tép tỏi, băm nhỏ
- Phô mai Roquefort hoặc Brie
- dưa chuột nhật bản
- 2 hành lá, chỉ lấy phần xanh, cắt thành dải

HƯỚNG DẪN:

a) Trong một cái chảo nhỏ, trộn các nguyên liệu làm sốt teriyaki. Đun sôi trên lửa vừa cao, sau đó giảm nhỏ lửa. Nấu cho đến khi nước sốt đặc lại và phủ lên mặt sau của thìa, quá trình này sẽ mất khoảng 10-15 phút. Hãy cẩn thận không giảm quá mức, vì nó có thể trở nên quá dày.

b) Trong một bát vừa, trộn thịt bò xay. Chia thành 4 phần bằng nhau (làm cho chúng lớn hơn bánh một chút vì chúng sẽ co lại trong khi nấu). Nhẹ nhàng ấn ngón tay cái của bạn vào giữa mỗi miếng bánh để tránh chúng bị phồng lên khi nấu. Quét dầu hạt cải lên cả hai mặt của miếng chả và nêm muối và tiêu.

c) Làm nóng lò nướng hoặc chảo gang ở nhiệt độ cao.

d) Khi bề mặt nấu của bạn đã nóng, hãy thêm miếng bánh mì kẹp thịt vào. Nấu khoảng 3 phút ở mặt đầu tiên, sau đó lật và nấu thêm 4 phút ở mặt còn lại. Trong phút cuối cùng của quá trình nấu, đặt phô mai Roquefort hoặc Brie lên trên mỗi miếng bánh và đậy nắp hình vòm. Điều này sẽ tạo ra bánh mì kẹp thịt vừa tái (tổng thời gian nấu là 7 phút cho loại vừa tái). Chuyển bánh mì kẹp thịt sang đĩa và dùng giấy bạc bọc nhẹ chúng.

e) Sau khi nấu bánh mì kẹp thịt, đặt những chiếc bánh đã chia đôi lên vỉ nướng hoặc chảo và nướng chúng trong 30 giây.

f) Trong một bát nhỏ, trộn sốt mayonnaise và tỏi băm.

g) Phết hỗn hợp tỏi-mayo vào bên trong bánh nướng. Đặt những miếng bánh mì kẹp thịt lên những chiếc bánh dưới cùng, rưới khoảng 1 thìa sốt teriyaki cho mỗi miếng bánh, và phủ phô mai Roquefort (hoặc Brie), dưa chuột Nhật, dải hành lá và cuối cùng là lớp bánh trên cùng lên trên.

h) Phục vụ bánh mì kẹp thịt Teriyaki của bạn ngay lập tức và thưởng thức!

21. Bánh mì kẹp thịt phô mai rượu vang đỏ

THÀNH PHẦN:

ĐỂ GIẢM GIÁ RƯỢU VANG ĐỎ:
- 2 cốc rượu vang đỏ
- 2 muỗng canh đường nâu nhạt đóng gói

ĐỐI VỚI HÀNH TUYỆT VỜI:
- 1 củ hành vàng lớn, thái lát mỏng
- ¼ cốc rượu vang đỏ giảm (từ trên xuống)

ĐỐI VỚI BÁNH MÌ KẸP THỊT:
- 1 trứng lớn
- ⅓ cốc vụn bánh mì Ý
- 1 pound thịt bò xay
- Muối và hạt tiêu cho vừa ăn

ĐỂ ĐỨNG ĐẦU:
- 6 lát phô mai provolone
- 6 bánh hamburger

HƯỚNG DẪN:

a) Trong chảo trên lửa vừa cao, kết hợp đường nâu và rượu vang đỏ, khuấy đều cho đến khi đường tan. Đun sôi, sau đó giảm nhiệt và đun nhỏ lửa trong khoảng 20-25 phút hoặc cho đến khi rượu giảm còn khoảng 1 cốc. Để nó nguội đến nhiệt độ phòng.

b) Trong khi rượu đang giảm dần, hãy caramen hành tây trong chảo xào vừa. Thêm ¼ cốc rượu vang đỏ vào hành tây và xào thêm 2-3 phút để hương vị hòa quyện.

c) Trong một tô lớn, trộn đều thịt bò xay, trứng, vụn bánh mì, muối và tiêu. Thêm ⅓ cốc rượu vang đỏ ở nhiệt độ phòng và trộn kỹ với thịt bò, cẩn thận không trộn quá kỹ.

d) Làm nóng lò nướng ở nhiệt độ vừa cao và tạo thành 6 miếng bánh mì kẹp thịt với hỗn hợp thịt bò xay. Đặt các miếng chả lên vỉ nướng và nướng đến mức độ chín mà bạn mong muốn, thường khoảng 4-6 phút mỗi mặt. Phủ một lát phô mai provolone lên trên mỗi miếng bánh và nấu thêm 1 phút để làm tan chảy phô mai.

e) Lắp ráp bánh mì kẹp thịt bằng cách xếp chúng vào nửa dưới của bánh hamburger.

f) Phủ hành tây caramen lên trên và rưới lượng rượu vang đỏ còn lại lên trên.

g) Hoàn tất bằng cách thêm lớp phủ trên bánh mì kẹp thịt yêu thích của bạn, đặt phần bánh trên cùng và dùng ngay. Thưởng thức bánh mì kẹp phô mai rượu vang đỏ của bạn!

22. bò, Ricotta và rau chân vịt

THÀNH PHẦN:
- 1 pound thịt bò xay
- 1 cốc phô mai ricotta
- ½ chén rau bina xắt nhỏ
- ½ thìa cà phê bột tỏi
- Muối và tiêu
- Bánh burger và topping tùy thích

HƯỚNG DẪN:
a) Làm nóng lò nướng hoặc chảo nướng của bạn ở nhiệt độ trung bình cao.
b) Trong một tô trộn, trộn thịt bò xay, phô mai ricotta, rau chân vịt xắt nhỏ, bột tỏi, muối và tiêu.
c) Trộn đều và tạo thành 4 miếng có kích thước bằng nhau.
d) Nướng bánh mì kẹp thịt trong 4-5 phút mỗi mặt hoặc cho đến khi chín theo ý thích của bạn.
e) Nướng bánh burger trên vỉ nướng.
f) Lắp ráp bánh mì kẹp thịt với lớp phủ bên trên mà bạn mong muốn.
g) Phục vụ và thưởng thức.

23. Hash Brown và Chuck Burger

THÀNH PHẦN:

- 6 ounce thịt bò nạc xay
- 4 miếng thịt xông khói, nấu chín cho đến khi giòn
- Muối để nếm
- Mỡ động vật
- 2 bánh burger
- 2 lát phô mai Mỹ
- 2 quả trứng vừa, chiên
- 2 củ khoai tây chiên, nấu chín và giữ ấm

HƯỚNG DẪN:

a) Nặn thịt bò thành từng miếng mỏng, đều. Mùa muối.

b) Quét mỡ động vật lên vỉ và đặt các miếng chả lên trên.

c) Nướng khoảng 4 phút mỗi mặt.

d) Lấy bánh mì kẹp thịt ra khỏi vỉ nướng và đặt từng chiếc bánh vào một chiếc bánh.

e) Phủ một lát phô mai, thịt xông khói, trứng rán và khoai tây chiên lên trên.

24. Burger Angus đen với phô mai cheddar

THÀNH PHẦN:

- 2 pound thịt bò Angus xay
- 3 Ớt poblano nướng, bỏ hạt và; cắt làm ba phần
- 6 lát Phô mai cheddar vàng
- 6 Bánh hamburger cuộn
- Xà lách sồi đỏ baby
- Hành đỏ ngâm
- Sốt tiêu Poblano
- Muối và hạt tiêu đen mới xay

HƯỚNG DẪN:

a) Chuẩn bị một đống lửa củi hoặc than củi rồi đốt thành than hồng.

b) Trong một tô trộn lớn, nêm thịt bò Angus với muối và tiêu. Làm lạnh trước khi dùng. Khi sẵn sàng sử dụng, tạo thành các đĩa dày 1 inch.

c) Nướng trong năm phút mỗi mặt ở mức tái vừa. Trong năm phút cuối cùng phủ phô mai cheddar lên trên.

d) Khi nướng xong, đặt bánh mì kẹp thịt lên một nửa cuộn bánh và phủ lên trên cùng với gỗ sồi đỏ non, ớt poblano, dầu giấm và hành tím ngâm.

e) Phục vụ ngay lập tức.

25. Burger Wagyu

THÀNH PHẦN:
- 1 pound burger thịt bò Wagyu Thịt bò wagyu Mỹ
- Rau diếp (Tùy chọn)
- Cà chua (Tùy chọn)
- Hành tây (tùy chọn)
- sốt cà chua (tùy chọn)
- Mù tạt (tùy chọn)

HƯỚNG DẪN:
a) Chia bánh mì kẹp thịt thành 2 đến 4 miếng bánh mì kẹp thịt Wagyu.
b) Đun nóng chảo hoặc nướng ở lửa vừa cao.
c) Đặt từng chiếc burger wagyu vào chảo. Nêm một chút muối.
d) Không di chuyển hoặc lật bánh mì kẹp thịt cho đến khi phần dưới tạo thành lớp vỏ màu nâu caramen.
e) Nấu đến nhiệt độ mong muốn ở mặt đầu tiên.
f) Lật từng chiếc burger Wagyu và nấu ở nhiệt độ mong muốn ở mặt thứ hai.

26. Burger bít tết đen và xanh

THÀNH PHẦN:

- ¾ pound bít tết sườn béo ngậy
- ¾ pound bít tết thịt thăn trên cùng
- 2 ounce phô mai xanh
- 1 nhúm muối và hạt tiêu đen mới xay cho vừa ăn
- 1 ½ muỗng canh sốt mayonnaise, hoặc nếm thử
- 4 chiếc bánh hamburger, cắt đôi và nướng
- 2 ounce hành đỏ ngâm, hoặc nếm thử

HƯỚNG DẪN:

a) Cắt miếng bít tết làm đôi, sau đó thành dải dày khoảng ¼ đến ½ inch. Đặt vào một cái bát và bọc bằng màng bọc thực phẩm. Đông lạnh cho đến khi thật lạnh và cứng, nhưng không đông hẳn, khoảng 30 phút đến 1 giờ. Đặt phô mai xanh vào tủ đông để dễ xử lý hơn.

b) Cắt miếng bít tết đông lạnh một phần bằng dao sắc hoặc dao cắt thịt cho đến khi nó giống như thịt xay thô. Đổ khoảng ½ cốc phô mai xanh (chưa đóng gói) lên trên; dùng dao để gấp và băm nhỏ vào thịt.

c) Làm ẩm nhẹ tay bằng nước và cuộn hỗn hợp thành 3 hoặc 4 miếng bánh

d) Làm phẳng từng miếng bọc nhựa; niêm phong và làm lạnh cho đến khi sẵn sàng để nấu.

e) Mở gói các miếng chả và tiếp tục ép chúng đến độ mỏng mà bạn mong muốn. Nêm cả hai mặt với muối và hạt tiêu.

f) Đun nóng chảo gang khô trên lửa vừa cao cho đến khi thật nóng. Chiên từng miếng bánh mà không làm xáo trộn cho đến khi hình thành lớp vỏ ở dưới đáy, khoảng 3 phút. Lật nhẹ và tiếp tục nấu cho đến khi ấn nhẹ bề mặt trở lại, khoảng 3 phút nữa.

g) Rưới một ít sốt mayonnaise lên mỗi nửa chiếc bánh dưới cùng. Bày những miếng chả lên bánh, phủ hành tím ngâm lên trên.

27. Burger bít tết Chuck

THÀNH PHẦN:

- 700g bít tết xay thô
- Dầu ô liu nguyên chất, để đánh răng
- 4 lát phô mai ngon
- ⅔ cốc mù tạt Mỹ
- 4 bánh sữa, chia đôi, nướng
- 8 quả dưa chua thì là lớn, thái lát dọc
- ⅔ cốc sốt cà chua
- 1 củ hành trắng nhỏ

HƯỚNG DẪN:

a) Nêm thịt băm, sau đó chia thành bốn phần bằng nhau. Cuộn từng viên thành từng viên và dẹt thành bốn miếng lớn hơn bánh bao một chút (thịt sẽ co lại khi nấu). Thư giãn trong 30 phút để hơi cứng lại.

b) Làm nóng trước bếp nướng thịt hoặc chảo rán lớn ở nhiệt độ cao và phết dầu. Nêm các miếng chả, sau đó nướng khoảng 1-2 phút một mặt cho đến khi chín vàng, sau đó lật và đặt các lát phô mai lên trên mỗi miếng chả.

c) Nấu thêm 1 phút nữa hoặc cho đến khi phô mai tan chảy và miếng chả vừa chín tới. Để kết hợp, phết một nửa mù tạt lên đế bánh, sau đó phủ các miếng chả, dưa chua thái lát, sốt cà chua và mù tạt còn lại lên trên.

d) Rắc hành tây lên trên, sau đó đậy nắp bánh lên trên để thưởng thức.

28. Burger bò với phô mai provolone và dưa chua

THÀNH PHẦN:
- 2 lát bánh mì trắng
- ½ cốc sữa
- 500g thịt bò bằm
- 1 quả trứng, đánh nhẹ
- 2 thìa hẹ xắt nhỏ
- ½ cốc parmesan bào mịn
- 4 lát phô mai provolone
- 4 bánh burger, nướng nhẹ
- Tương ớt cà chua, cà chua thái lát và lá cos baby để ăn kèm

DƯA ĐẸP
- ½ chén giấm rượu vang đỏ
- 2 muỗng canh đường bột
- 1 muỗng canh hạt tiêu hồng, bầm tím
- ½ muỗng canh hạt thì là, nghiền nát
- ½ bó cà rốt và củ cải Hà Lan, thái lát mỏng
- 1 củ hành đỏ nhỏ, cắt thành khoanh 5mm
- ½ dưa chuột Lebanon, thái lát

HƯỚNG DẪN:
a) Để có những món dưa chua đẹp mắt, hãy cho giấm, đường, ⅓ cốc nước, hạt tiêu, hạt thì là và 1 thìa canh muối mảnh vào nồi nhỏ trên lửa lớn. Đun sôi trong 1 phút, sau đó để nguội hoàn toàn.

b) Đặt rau vào hộp nông, đổ chất lỏng lên trên và để trong 20 phút.

c) Đặt bánh mì và sữa vào tô vừa. Ngâm trong 5 phút. Nhẹ nhàng bóp bánh mì và loại bỏ sữa thừa. Đặt bánh mì vào tô lớn với thịt băm, trứng, hẹ và parmesan. Nêm và kết hợp tốt. Chia hỗn hợp thành 4 và tạo hình thành từng miếng.

Đặt lên đĩa, đậy nắp và để lạnh trong 30 phút cho cứng lại.

d) Đun nóng vỉ nướng hoặc chảo nướng trên lửa vừa cao. Nấu miếng chả trong 3 phút mỗi mặt hoặc cho đến khi chín. Phủ phô mai lên trên (nhiệt dư sẽ làm tan chảy phô mai).

e) Trên mỗi đế bánh đặt tương ớt, cà chua, cos, bánh mì kẹp thịt, dưa chua ráo nước và nắp bánh.

29. Bữa sáng Burger với cải xoăn Microgreen

THÀNH PHẦN:
CÁC BÁNH TRÁNH
- 450g thịt bò xay ăn cỏ
- ⅓ chén mỡ lợn giòn
- 1 muỗng canh mù tạt Dijon
- 3 tép tỏi, băm nhỏ
- 1 quả trứng đã chăn thả
- ¼ thìa cà phê muối Himalayan hoặc muối biển chưa tinh chế
- ¼ thìa cà phê tiêu đen mới nứt
- ¼ thìa cà phê hạt hồi
- ⅛ thìa cà phê đinh hương xay
- 1 hạt tiêu jalapeño, bỏ hạt và thái nhỏ
- ¼ chén mùi tây tươi, thái nhỏ
- 2 thìa bạc hà tươi, thái nhỏ
- 1 muỗng canh hương thảo tươi, thái nhỏ
- ½ chén dưa bắp cải vắt khá khô và cắt nhỏ

ĐỂ TRANG TRÍ
- 1 nắm cải xoăn tươi
- 2 lát cà chua
- 3 lát bơ
- ¼ cốc dưa cải bắp
- 1 quả trứng chiên
- 1 dải thịt xông khói, nấu chín và cắt thành 2 miếng

HƯỚNG DẪN:
a) Bắt đầu bằng cách nấu số lượng lát thịt xông khói cần thiết và đặt sang một bên.
b) Trong máy xay thực phẩm, thêm mỡ lợn, mù tạt Dijon, tỏi, trứng, muối, hạt tiêu, đinh hương xay và hạt hồi vào rồi chế biến thành hỗn hợp sệt.

c) Cho vào tô cùng với thịt bò xay, ớt jalapeño, rau mùi tây, bạc hà, hương thảo và dưa cải bắp, rồi dùng tay nhào đều cho đến khi hòa quyện.

d) Tạo hỗn hợp thịt thành 3 hoặc 4 miếng thịt bò.

e) Làm nóng lò nướng ngoài trời của bạn ở mức cao.

f) Sau khi vỉ nướng của bạn đã đẹp và nóng, hãy giảm nhiệt độ và đặt các miếng chả lên vỉ nướng; nấu khoảng 4 phút mỗi mặt hoặc cho đến khi miếng chả chín theo ý thích của bạn.

g) Ngoài ra, bạn cũng có thể nấu lại miếng thịt bò trong chảo trên lửa vừa phải, khoảng 4 phút mỗi mặt.

h) Trong khi nấu thịt, hãy chiên số lượng trứng tùy thích để trang trí cho bánh mì kẹp thịt của bạn.

i) Để gói những chiếc bánh mì kẹp thịt, hãy bắt đầu bằng cách đặt một ít rau xanh cải xoăn ở đáy đĩa.

j) Đặt miếng thịt bò ngay trên đó, tiếp theo là dưa cải bắp và vài lát cà chua và bơ.

k) Thêm trứng chiên lên trên tất cả những thứ đó, và cuối cùng, đặt hai miếng thịt xông khói nấu chín ngay trên quả trứng của bạn.

30. Bánh mì kẹp thịt bò Caribe với Salsa xoài

THÀNH PHẦN:
- 1 ½ pound thịt bò xay
- 2 muỗng canh gia vị giặt vùng Caribe

MANGO SALSA:
- 1 quả xoài lớn, gọt vỏ, thái nhỏ
- 1 muỗng canh rau mùi tươi xắt nhỏ
- 1 muỗng canh hành lá xắt nhỏ
- 1 muỗng canh hạt tiêu jalapeño thái nhỏ
- 1 muỗng canh nước cốt chanh tươi

HƯỚNG DẪN:

a) Cho thịt bò xay và gia vị khô vào tô lớn, trộn nhẹ nhưng kỹ. Tạo hình thành những miếng bánh dày 4 inch.

b) Đặt các miếng chả lên lưới trên than vừa phủ tro.

c) Nướng, đậy nắp, trong 11 đến 15 phút, cho đến khi nhiệt kế đọc tức thời được cắm theo chiều ngang vào giữa ghi 160°F, thỉnh thoảng xoay. Nêm muối tùy thích.

d) Mẹo của người nấu ăn: Thời gian nấu dành cho thịt bò xay tươi hoặc đã rã đông kỹ. Thịt bò xay nên được nấu ở nhiệt độ bên trong là 160°F.

e) các nguyên liệu salsa vào tô vừa, trộn nhẹ. Phục vụ bánh mì kẹp thịt với salsa.

BURGER THỪA

31. Burgers thịt cừu với Feta và bạc hà

THÀNH PHẦN:
- 200g feta Hy Lạp
- 1 cốc (250g) sữa chua Hy Lạp
- ½ bó lá bạc hà
- 1 muỗng canh dầu ô liu, cộng thêm để đánh răng
- 1 quả cà chua bi, cắt tư
- 1 muỗng canh giấm rượu vang đỏ
- 1 muỗng canh giấm rượu vang đỏ (vâng, lặp lại)
- 1 thìa cà phê đường
- 4 chiếc bánh giòn (tốt nhất là bột chua), giảm một nửa
- 2 quả dưa chuột Lebanon, dùng dao gọt vỏ cắt thành dài dài
- ¼ bó lá húng quế

BÁNH:
- 500g thịt cừu băm
- 1 tép tỏi lớn
- ½ củ hành đỏ, thái nhỏ
- ¼ bó rau mùi tây lá dẹt, thái nhỏ
- 1 thìa cà phê lá oregano Hy Lạp khô
- 1 quả trứng, đánh nhẹ
- ½ cốc (30g) vụn bánh mì tươi
- Mảnh muối và hạt tiêu đen mới xay

HƯỚNG DẪN:
CHUẨN BỊ trang phục:
a) Trong máy xay thực phẩm, trộn feta, sữa chua Hy Lạp và bạc hà cho đến khi mịn. Cho nước sốt vào tủ lạnh cho đặc lại. Bạn có thể làm điều này trước thời hạn.

LÀM BÁNH:
b) Trong một tô lớn, trộn tất cả các nguyên liệu làm chả và nặn hỗn hợp thành bốn miếng có kích thước bằng nhau.

c) Đun nóng dầu ô liu trong chảo rán trên lửa vừa. Sau khi nóng, chiên miếng chả trong 4-5 phút mỗi mặt cho đến khi chín đều.

d) Ngoài ra, bạn có thể làm chín chúng nhanh chóng và nấu xong trong lò nướng nóng sẵn ở nhiệt độ 190°C trong 10 phút.

e) Cho cà chua bi cắt tư vào tô cùng với giấm rượu vang đỏ và đường. Để yên trong 10 phút, sau đó xả bớt giấm thừa.

f) Quét dầu ô liu lên từng nửa chiếc bánh và nướng nhẹ trong lò nướng hoặc dưới vỉ nướng.

LẮP RÁP BÁNH BURGER:

g) Đặt các dải ruy băng dưa chuột và một ít lá húng quế vào nửa dưới của bánh mì nướng.

h) Phủ lên chúng một miếng thịt cừu, sốt feta và một thìa cà chua đã chuẩn bị sẵn. Kết thúc với phần bánh trên cùng và ấn nhẹ xuống để nước ép, nước sốt và cà chua của bánh mì kẹp thịt hòa quyện với húng quế.

i) Thưởng thức món bánh mì kẹp thịt cừu ngon lành với sốt Feta, bạc hà và sữa chua!

32. Thịt cừu Ma-rốc và bánh mì kẹp thịt Harissa

THÀNH PHẦN:

- 500g thịt cừu băm
- 2 muỗng canh bột harissa
- 1 muỗng canh hạt thì là
- 2 bó cà rốt gia truyền
- ½ bó bạc hà, hái lá
- 1 muỗng canh giấm rượu vang đỏ
- 80g phô mai Leicester đỏ, bào thô
- Bánh brioche 4 hạt, chia đôi
- ⅓ cốc (65g) phô mai

HƯỚNG DẪN:

a) Lót khay nướng bằng giấy nướng. Đặt thịt băm vào tô và nêm gia vị vừa đủ. Thêm 1 muỗng canh harissa và dùng tay sạch sẽ trộn đều.

b) Nặn hỗn hợp thịt cừu thành 4 miếng và rắc hạt thì là. Đặt lên khay đã chuẩn bị sẵn, đậy nắp và làm lạnh cho đến khi cần (đưa miếng chả về nhiệt độ phòng trước khi nấu).

c) Trong khi đó, trộn cà rốt, bạc hà và giấm vào tô và để riêng để ngâm một chút.

d) Đun nóng vỉ nướng hoặc chảo nướng than ở lửa vừa cao. Nướng miếng chả trong 4-5 phút mỗi mặt hoặc cho đến khi hình thành lớp vỏ ngon. Phủ phô mai lên trên, sau đó đậy lại (dùng giấy bạc nếu sử dụng chảo nướng than) và nấu mà không cần lật trong 3 phút nữa hoặc cho đến khi phô mai tan chảy và các miếng chả chín đều.

e) Nướng bánh brioche, cắt mặt xuống trong 30 giây hoặc cho đến khi nướng nhẹ. Chia phô mai tươi vào các đế bánh, sau đó phủ hỗn hợp cà rốt ngâm lên trên.

f) Thêm miếng chả và 1 thìa harissa còn lại. Đậy nắp lại, bóp sao cho sợi harissa chảy xuống hai bên và dính vào.

33. Burgers thịt cừu với Mozzarella và dưa chuột

THÀNH PHẦN:

- 1kg thịt cừu nạc xay
- ¾ cốc (50g) vụn bánh mì tươi
- 1 quả trứng, đánh nhẹ
- 2 muỗng canh mù tạt Dijon
- 2 thìa cà phê bạc hà khô
- 1 dưa chuột Lebanon, xắt nhỏ
- 1 bó lá bạc hà, xắt nhỏ
- Nước ép 1 quả chanh
- 2 muỗng canh bạch hoa muối, rửa sạch và để ráo nước
- 1 thìa cà phê đường
- ¼ cốc (60ml) dầu ô liu nguyên chất
- Aioli* chất lượng tốt để phục vụ
- 6 ổ bánh mì chua, chia đôi và nướng
- 125g phô mai mozzarella trâu*, xé nhỏ

HƯỚNG DẪN:

a) Làm nóng lò nướng của bạn ở nhiệt độ 180°C (356°F) và lót khay nướng bằng giấy bạc.

b) Trong một bát trộn, trộn thịt cừu nạc băm, vụn bánh mì tươi, trứng đánh nhẹ, mù tạt Dijon và bạc hà khô. Nêm hỗn hợp với muối và hạt tiêu, trộn đều. Nặn hỗn hợp thành 6 miếng rồi bọc lại. Làm lạnh miếng chả trong tủ lạnh trong 10 phút.

c) Trong một bát riêng, trộn dưa chuột Lebanon cắt nhỏ, lá bạc hà cắt nhỏ, nước cốt chanh, bạch hoa muối đã rửa sạch và để ráo nước, đường bột và 1 thìa dầu ô liu nguyên chất. Đặt món salad dưa chuột này sang một bên.

d) Trong một chảo chiên lớn, đun nóng 2 thìa dầu ô liu nguyên chất còn lại trên lửa vừa cao. Nấu các miếng chả theo mẻ, khoảng 3-4 phút mỗi mặt, cho đến khi chúng chín vàng. Sau khi chín vàng, chuyển các miếng chả vào khay nướng có lót giấy bạc và nướng trong 15-20 phút hoặc cho đến khi chúng vừa chín hẳn.

LẮP RÁP BÁNH BURGER:

e) Để phục vụ, hãy phết aioli lên đế của mỗi cuộn bánh mì bột chua nướng.

f) Phủ lên trên một miếng thịt cừu, phô mai mozzarella trâu xé và salad dưa chuột. Nêm muối và hạt tiêu rồi thay phần trên của cuộn.

g) Thưởng thức bánh mì kẹp thịt cừu thơm ngon với phô mai Mozzarella trâu và salad dưa chuột!

34. Burger thịt cừu Địa Trung Hải

THÀNH PHẦN:

- 1 pound thịt cừu xay
- ¼ chén hành đỏ thái nhỏ
- 2 tép tỏi, băm nhỏ
- 1 muỗng canh mùi tây tươi xắt nhỏ
- 1 muỗng canh bạc hà tươi xắt nhỏ
- 1 thìa cà phê thì là xay
- Muối và hạt tiêu cho vừa ăn
- 4 bánh burger
- Sốt Tzatziki, xà lách và cà chua để phủ lên trên

HƯỚNG DẪN:

a) Trong một cái bát, trộn thịt cừu xay, hành đỏ, tỏi, mùi tây, bạc hà, thì là, muối và tiêu.

b) Trộn đều cho đến khi tất cả các thành phần được kết hợp đồng đều.

c) Chia hỗn hợp thành bốn phần bằng nhau và tạo hình thành những miếng chả.

d) Làm nóng trước vỉ nướng hoặc chảo bếp trên lửa vừa cao.

e) Nướng miếng thịt cừu trong khoảng 4-5 phút mỗi mặt hoặc cho đến khi chúng đạt độ chín như bạn mong muốn.

f) Nướng nhẹ bánh burger trên vỉ nướng hoặc trong máy nướng bánh mì.

g) Rưới sốt tzatziki lên nửa dưới của mỗi chiếc bánh.

h) Đặt miếng thịt cừu lên trên, tiếp theo là rau diếp và cà chua.

i) Phủ nửa trên của chiếc bánh lên và thưởng thức.

35. Burger thịt cừu Harissa cay

THÀNH PHẦN:

- 1 pound thịt cừu xay
- 2 muỗng canh bột harissa
- 2 tép tỏi, băm nhỏ
- 1 thìa cà phê thì là xay
- ½ muỗng cà phê rau mùi đất
- Muối và hạt tiêu cho vừa ăn
- 4 bánh burger
- Hành tím thái lát và rau arugula để phủ lên trên

HƯỚNG DẪN:

a) Trong một cái bát, trộn thịt cừu xay, bột harissa, tỏi, thì là, rau mùi, muối và hạt tiêu.

b) Trộn đều cho đến khi tất cả các thành phần được kết hợp đồng đều.

c) Chia hỗn hợp thành bốn phần bằng nhau và tạo hình thành những miếng chả.

d) Làm nóng trước vỉ nướng hoặc chảo bếp trên lửa vừa cao.

e) Nướng miếng thịt cừu trong khoảng 4-5 phút mỗi mặt hoặc cho đến khi chúng đạt độ chín như bạn mong muốn.

f) Nướng nhẹ bánh burger trên vỉ nướng hoặc trong máy nướng bánh mì.

g) Đặt miếng thịt cừu vào nửa dưới của mỗi chiếc bánh.

h) Phủ hành đỏ thái lát và rau arugula lên trên.

i) Phủ nửa trên của chiếc bánh lên và thưởng thức.

36. Burger thịt cừu Hy Lạp

THÀNH PHẦN:

- 1 pound thịt cừu xay
- ¼ chén phô mai feta vụn
- ¼ chén ô liu Kalamata cắt nhỏ
- 2 tép tỏi, băm nhỏ
- 1 thìa cà phê lá oregano khô
- Muối và hạt tiêu cho vừa ăn
- 4 bánh burger
- Sốt Tzatziki, xà lách và cà chua để phủ lên trên

HƯỚNG DẪN:

a) Trong một cái bát, trộn thịt cừu xay, phô mai feta, ô liu Kalamata, tỏi, lá oregano, muối và tiêu.
b) Trộn đều cho đến khi tất cả các thành phần được kết hợp đồng đều.
c) Chia hỗn hợp thành bốn phần bằng nhau và tạo hình thành những miếng chả.
d) Làm nóng trước vỉ nướng hoặc chảo bếp trên lửa vừa cao.
e) Nướng miếng thịt cừu trong khoảng 4-5 phút mỗi mặt hoặc cho đến khi chúng đạt độ chín như bạn mong muốn.
f) Nướng nhẹ bánh burger trên vỉ nướng hoặc trong máy nướng bánh mì.
g) Rưới sốt tzatziki lên nửa dưới của mỗi chiếc bánh.
h) Đặt miếng thịt cừu lên trên, tiếp theo là rau diếp và cà chua.
i) Phủ nửa trên của chiếc bánh lên và thưởng thức.

37. Burger thịt cừu Trung Đông

THÀNH PHẦN:
- 1 pound thịt cừu xay
- ¼ chén hành đỏ thái nhỏ
- 2 tép tỏi, băm nhỏ
- 1 muỗng canh thì là xay
- 1 muỗng canh rau mùi đất
- 1 thìa cà phê bột nghệ
- Muối và hạt tiêu cho vừa ăn
- 4 bánh burger
- Hummus, cà chua thái lát và củ cải muối để phủ lên trên

HƯỚNG DẪN:
a) Trong một bát, trộn thịt cừu xay, hành đỏ, tỏi, thì là, rau mùi, nghệ, muối và tiêu.

b) Trộn đều cho đến khi tất cả các thành phần được kết hợp đồng đều.

c) Chia hỗn hợp thành bốn phần bằng nhau và tạo hình thành những miếng chả.

d) Làm nóng trước vỉ nướng hoặc chảo bếp trên lửa vừa cao.

e) Nướng miếng thịt cừu trong khoảng 4-5 phút mỗi mặt hoặc cho đến khi chúng đạt độ chín như bạn mong muốn.

f) Nướng nhẹ bánh burger trên vỉ nướng hoặc trong máy nướng bánh mì.

g) Trải hummus lên nửa dưới của mỗi chiếc bánh.

h) Đặt miếng thịt cừu lên trên, tiếp theo là cà chua thái lát và củ cải muối.

i) Phủ nửa trên của chiếc bánh lên và thưởng thức.

38. Burger thịt cừu thảo mộc

THÀNH PHẦN:
- 1 pound thịt cừu xay
- 2 muỗng canh hương thảo tươi xắt nhỏ
- 2 muỗng canh húng tây tươi xắt nhỏ
- 2 tép tỏi, băm nhỏ
- 1 thìa cà phê vỏ chanh
- Muối và hạt tiêu cho vừa ăn
- 4 bánh burger
- Phô mai dê, hành tây caramen và rau arugula để phủ trên mặt

HƯỚNG DẪN:
a) Trong một cái bát, trộn thịt cừu xay, hương thảo, húng tây, tỏi, vỏ chanh, muối và hạt tiêu.
b) Trộn đều cho đến khi tất cả các thành phần được kết hợp đồng đều.
c) Chia hỗn hợp thành bốn phần bằng nhau và tạo hình thành những miếng chả.
d) Làm nóng trước vỉ nướng hoặc chảo bếp trên lửa vừa cao.
e) Nướng miếng thịt cừu trong khoảng 4-5 phút mỗi mặt hoặc cho đến khi chúng đạt độ chín như bạn mong muốn.
f) Nướng nhẹ bánh burger trên vỉ nướng hoặc trong máy nướng bánh mì.
g) Phết phô mai dê lên nửa dưới của mỗi chiếc bánh.
h) Đặt một miếng thịt cừu lên trên, tiếp theo là hành tây caramen và rau arugula.
i) Phủ nửa trên của chiếc bánh lên và thưởng thức.

39. Burger Thịt Cừu Gia Vị Ấn Độ

THÀNH PHẦN:

- 1 pound thịt cừu xay
- ¼ chén hành đỏ thái nhỏ
- 2 tép tỏi, băm nhỏ
- 1 thìa bột cà ri
- 1 thìa cà phê thì là xay
- 1 thìa cà phê rau mùi đất
- Muối và hạt tiêu cho vừa ăn
- 4 bánh burger
- Tương ớt xoài, dưa chuột thái lát và xà lách để phủ lên trên

HƯỚNG DẪN:

a) Trong một bát, trộn thịt cừu xay, hành tím, tỏi, bột cà ri, thì là, rau mùi, muối và tiêu.

b) Trộn đều cho đến khi tất cả các thành phần được kết hợp đồng đều.

c) Chia hỗn hợp thành bốn phần bằng nhau và tạo hình thành những miếng chả.

d) Làm nóng trước vỉ nướng hoặc chảo bếp trên lửa vừa cao.

e) Nướng miếng thịt cừu trong khoảng 4-5 phút mỗi mặt hoặc cho đến khi chúng đạt độ chín như bạn mong muốn.

f) Nướng nhẹ bánh burger trên vỉ nướng hoặc trong máy nướng bánh mì.

g) Trải tương ớt xoài lên nửa dưới của mỗi chiếc bánh.

h) Đặt miếng thịt cừu lên trên, tiếp theo là dưa chuột thái lát và rau diếp.

i) Phủ nửa trên của chiếc bánh lên và thưởng thức.

40. Burger cừu lấy cảm hứng từ Ý

THÀNH PHẦN:

- 1 pound thịt cừu xay
- ¼ chén hành đỏ thái nhỏ
- 2 tép tỏi, băm nhỏ
- ¼ chén phô mai Parmesan bào
- 2 muỗng canh húng quế tươi xắt nhỏ
- 2 muỗng canh mùi tây tươi xắt nhỏ
- Muối và hạt tiêu cho vừa ăn
- 4 bánh burger
- Sốt Marinara, phô mai mozzarella và lá húng quế tươi phủ lên trên

HƯỚNG DẪN:

a) Trong một bát, trộn thịt cừu xay, hành tím, tỏi, phô mai Parmesan, húng quế, rau mùi tây, muối và tiêu.

b) Trộn đều cho đến khi tất cả các thành phần được kết hợp đồng đều.

c) Chia hỗn hợp thành bốn phần bằng nhau và tạo hình thành những miếng chả.

d) Làm nóng trước vỉ nướng hoặc chảo bếp trên lửa vừa cao.

e) Nướng miếng thịt cừu trong khoảng 4-5 phút mỗi mặt hoặc cho đến khi chúng đạt độ chín như bạn mong muốn.

f) Nướng nhẹ bánh burger trên vỉ nướng hoặc trong máy nướng bánh mì.

g) Rưới nước sốt marinara lên nửa dưới của mỗi chiếc bánh.

h) Đặt miếng thịt cừu lên trên, tiếp theo là phô mai mozzarella và lá húng quế tươi.

i) Phủ nửa trên của chiếc bánh lên và thưởng thức.

41. Burger cừu lấy cảm hứng từ châu Á

THÀNH PHẦN:

- 1 pound thịt cừu xay
- ¼ chén hành lá thái nhỏ
- 2 tép tỏi, băm nhỏ
- 2 muỗng canh nước tương
- 1 muỗng canh dầu mè
- 1 muỗng cà phê gừng tươi xay
- Muối và hạt tiêu cho vừa ăn
- 4 bánh burger
- Sriracha mayo, dưa chuột thái lát và ngò để phủ lên trên

HƯỚNG DẪN:

a) Trong một bát, trộn thịt cừu xay, hành lá, tỏi, nước tương, dầu mè, gừng nạo, muối và tiêu.
b) Trộn đều cho đến khi tất cả các thành phần được kết hợp đồng đều.
c) Chia hỗn hợp thành bốn phần bằng nhau và tạo hình thành những miếng chả.
d) Làm nóng trước vỉ nướng hoặc chảo bếp trên lửa vừa cao.
e) Nướng miếng thịt cừu trong khoảng 4-5 phút mỗi mặt hoặc cho đến khi chúng đạt độ chín như bạn mong muốn.
f) Nướng nhẹ bánh burger trên vỉ nướng hoặc trong máy nướng bánh mì.
g) Rưới sriracha mayo lên nửa dưới của mỗi chiếc bánh.
h) Đặt miếng thịt cừu lên trên, tiếp theo là dưa chuột và ngò thái lát.
i) Phủ nửa trên của chiếc bánh lên và thưởng thức.

BÁNH HỢP THỊT HEO

42. Bánh mì kẹp thịt Chorizo

THÀNH PHẦN:

- 150g xúc xích tươi, bỏ vỏ, vò nát
- 500g thịt bò nạc xay
- 2 muỗng cà phê ớt bột hun khói ngọt (pimenton)
- 2 muỗng canh lá mùi tây cắt nhỏ
- 2 muỗng canh dầu ô liu
- 1 củ hành tây, thái nhỏ
- 2 quả cà chua, thái nhỏ
- $\frac{1}{4}$ cốc cà chua xay nhuyễn Ardmona
- 4 lát jamon hoặc prosciutto
- 4 lát phô mai ngon
- 4 bánh brioche hoặc bánh burger, cắt nhỏ, nướng
- Lá tên lửa, để phục vụ

HƯỚNG DẪN:

a) Trong máy xay thực phẩm, trộn chorizo vụn, thịt bò nạc băm, 1 thìa cà phê ớt bột hun khói ngọt và 1 thìa rau mùi tây cắt nhỏ. Xung để kết hợp. Nêm hỗn hợp với muối và hạt tiêu.

b) Tạo thành hỗn hợp thành 4 miếng. Đậy nắp và để lạnh trong 30 phút cho cứng lại.

c) Đun nóng 1 thìa dầu ô liu trong chảo rán trên lửa vừa. Nấu hành tây thái nhỏ trong 1-2 phút cho đến khi mềm. Thêm cà chua thái nhỏ, cà chua xay nhuyễn Ardmona và 1 thìa cà phê ớt bột hun khói ngọt còn lại. Nấu thêm 3-4 phút nữa, thỉnh thoảng khuấy đều cho đến khi hỗn hợp đặc lại. Khuấy đều 1 thìa rau mùi tây cắt nhỏ còn lại. Nêm với muối và hạt tiêu.

d) Làm nóng trước chảo nướng ở mức trung bình cao. Nấu jamon hoặc prosciutto ở cả hai mặt cho đến khi giòn. Loại bỏ và giữ ấm.

e) Quét miếng bánh mì kẹp thịt với 1 thìa dầu ô liu còn lại. Nấu chúng, đảo đều trong khoảng 6 phút hoặc cho đến khi chúng chín hẳn. Đặt một lát phô mai thơm ngon lên trên mỗi miếng bánh và nấu thêm 1 phút hoặc cho đến khi phô mai tan chảy.

LẮP RÁP BÁNH BURGER:

f) Để phục vụ, hãy chia một nửa phần cà chua cho nửa dưới của bánh brioche hoặc bánh mì kẹp thịt. Phủ lên trên mỗi chiếc bánh tên lửa, một miếng bánh mì kẹp thịt, nhiều gia vị hơn, mứt hoặc prosciutto, và nửa trên của chiếc bánh.

g) Thưởng thức bánh mì kẹp thịt Chorizo đầy hương vị của bạn!

43. Burger thịt lợn và thịt bê với Aioli

THÀNH PHẦN:
ĐỐI VỚI KHOAI TÂY NGỌT NƯỚNG BẰNG LÒ:
- 800g khoai lang (còn nguyên vỏ), cắt thành từng miếng mỏng
- ¼ chén dầu ô liu
- Muối và hạt tiêu cho vừa ăn
- Đối với miếng thịt lợn và thịt bê Herby:
- 800g hỗn hợp thịt bê và thịt lợn băm
- 1 quả trứng, đánh nhẹ
- ¾ cốc (55g) vụn bánh mì khô
- ½ bó hẹ, thái nhỏ
- 1 chén lá mùi tây lá phẳng, xắt nhỏ
- ½ muỗng canh lá ngải giấm cắt nhỏ
- 2 muỗng canh Tabasco xanh (hoặc tương ớt khác)
- 1½ muỗng canh dầu cám gạo
- 4 lát phô mai provolone

ĐỐI VỚI bí xanh nướng:
- 2 quả bí xanh, thái mỏng theo chiều ngang (dùng đàn mandolin)

ĐỂ LẮP RÁP BURGER:
- 4 chiếc bánh burger brioche, cắt đôi và nướng
- 1 xà lách bơ, tách lá

ĐỐI VỚI AIOLI BƠ:
- ½ cốc (125ml) aioli tỏi
- 1 quả bơ, cắt nhỏ
- ½ bó hẹ, thái nhỏ
- ½ chén lá mùi tây lá phẳng, xắt nhỏ
- 1 muỗng cà phê lá tarragon, xắt nhỏ
- 2 muỗng canh Tabasco xanh (hoặc tương ớt khác)
- Nước cốt của ½ quả chanh

HƯỚNG DẪN:
KHOAI TAY NGỌT NƯỚNG LÒ NƯỚNG:
a) Làm nóng lò ở nhiệt độ 200°C. Trải các lát khoai tây lên 2 khay nướng có lót giấy nướng, rưới dầu ô liu, nêm muối và tiêu rồi trộn đều.

b) Nướng các miếng khoai lang, quay nửa chừng trong 40 phút hoặc cho đến khi bên ngoài mềm và giòn. Đậy nhẹ bằng giấy bạc và cho vào lò nướng trong 5 phút trước khi dùng.

BÁNH THỊT HEO VÀ THỊT BÒ:
c) Trộn thịt bê và thịt lợn băm, trứng, vụn bánh mì, rau thơm và Tabasco vào tô. Nêm kỹ và tạo hình thành 4 miếng chả lớn. Để lạnh trong 15 phút cho cứng lại.

d) Đun nóng vỉ nướng hoặc chảo nướng ở mức trung bình cao. Quét nhẹ lên các miếng chả với 1 thìa dầu và nấu trong 4-5 phút mỗi mặt cho đến khi chín.

e) Phủ lên trên mỗi miếng một lát phô mai provolone và để nhiệt dư làm tan chảy nó. Đặt sang một bên để nghỉ trong 2 phút, phủ nhẹ bằng giấy bạc.

Bí ngòi nướng:
f) Đặt các lát bí xanh lên khay, phết lượng dầu còn lại lên cả hai mặt rồi nướng, quay một lần trong 2 phút hoặc cho đến khi cháy thành than và mềm.

AIOLI BƠ:
g) Trong máy xay sinh tố, kết hợp aioli tỏi, bơ cắt nhỏ, hẹ, lá mùi tây, lá ngải giấm, Tabasco xanh và nước chanh. Trộn đều cho đến khi mịn và nêm nếm vừa ăn.

LẮP RÁP BURGER:
h) Rải 1 muỗng canh aioli bơ lên các mặt đã cắt của bánh.

i) Trên mỗi đế bánh bao gồm rau diếp, thịt lợn và thịt bê, thêm rau diếp, bí xanh nướng và nắp bánh.
j) Ăn kèm với khoai lang nướng trong lò và thêm aioli bơ.
k) Thưởng thức bánh mì kẹp thịt lợn và thịt bê Herby với bơ Aioli!

44. Kahlua kéo thanh trượt thịt lợn

THÀNH PHẦN:
ĐỐI VỚI THỊT HEO KÉO:
- 3 pound thịt vai hoặc mông lợn
- 1 củ hành tây, thái lát mỏng
- 4 tép tỏi, băm nhỏ
- 1 cốc Kahlua
- ½ chén nước sốt thịt nướng
- ¼ chén giấm táo
- 2 muỗng canh đường nâu
- 1 muỗng canh mù tạt Dijon
- 1 muỗng canh ớt bột xông khói
- 1 thìa cà phê muối
- ½ muỗng cà phê tiêu đen
- Bánh trượt hoặc bánh burger nhỏ

ĐỐI VỚI COLESLAW:
- 2 chén bắp cải thái nhỏ (xanh hoặc tím, hoặc hỗn hợp)
- 1 củ cà rốt, bào sợi
- ¼ cốc sốt mayonaise
- 1 muỗng canh giấm táo
- 1 thìa mật ong
- Muối và hạt tiêu cho vừa ăn

HƯỚNG DẪN:
a) Trong nồi nấu chậm hoặc nồi sành, đặt hành tây thái lát mỏng và tỏi băm vào đáy.

b) Trong một cái bát, trộn Kahlua, nước sốt thịt nướng, giấm táo, đường nâu, mù tạt Dijon, ớt bột xông khói, muối và tiêu đen. Khuấy cho đến khi kết hợp tốt.

c) Đặt thịt vai hoặc thịt mông lợn lên trên hành và tỏi trong nồi nấu chậm.

d) Đổ hỗn hợp Kahlua lên thịt lợn, đảm bảo phủ đều.

e) Đậy nắp nồi nấu chậm và nấu ở nhiệt độ thấp trong 8-10 giờ hoặc ở nhiệt độ cao trong 4-6 giờ, cho đến khi thịt lợn mềm và dễ dàng xé nhỏ bằng nĩa.
f) Trong khi nấu thịt lợn, hãy chuẩn bị xà lách trộn bằng cách kết hợp bắp cải thái nhỏ, cà rốt bào sợi, sốt mayonnaise, giấm táo, mật ong, muối và hạt tiêu vào tô. Trộn đều cho đến khi xà lách trộn được phủ đều trong nước sốt. Làm lạnh trước khi dùng.
g) Sau khi thịt lợn chín, lấy thịt ra khỏi nồi nấu chậm và xé nhỏ bằng hai chiếc nĩa.
h) Đặt thịt lợn đã thái nhỏ trở lại nồi nấu chậm và khuấy đều với phần nước nấu còn lại. Để yên thêm 10-15 phút cho thấm gia vị.
i) Để lắp ráp các thanh trượt, hãy đặt một lượng lớn thịt lợn kéo Kahlua vào nửa dưới của chiếc bánh mì thanh trượt. Phủ một thìa xà lách trộn lên trên và phủ nửa còn lại của chiếc bánh lên trên.
j) Phục vụ món thịt lợn kéo Kahlua còn ấm và thưởng thức!

45. Burger thịt xông khói và trứng giòn

THÀNH PHẦN:

- 1 cái bánh bao
- 1 quả trứng
- 2 lát thịt xông khói
- 1 muỗng cà phê dầu ô liu
- 1 muỗng canh phô mai Gouda, bào
- 1 ly nước

HƯỚNG DẪN:

a) Đun nóng dầu trên chảo ở mức Cao và nấu thịt xông khói cho đến khi giòn, khoảng 2-3 phút mỗi mặt. Lấy ra khăn giấy và lau sạch dầu mỡ dư thừa.

b) Đặt một cái rỗ và đổ nước vào nồi. Nghiền thịt xông khói trong ramekin và đập trứng lên trên.

c) Rắc phô mai Gouda, bọc giấy nhôm và đặt ramekin lên trên trivet. Đậy nắp lại.

d) Nấu trong 15 phút ở chế độ NẤU ÁP SUẤT/THỦ CÔNG Cao. Khi đã sẵn sàng, hãy thực hiện xả áp nhanh.

e) Lắp ráp bánh mì kẹp thịt bằng cách cắt bánh mì làm đôi và đặt hỗn hợp vào giữa.

46. Bánh mì kẹp phô mai với sốt dưa chuột ngâm

THÀNH PHẦN:
- 4 lát thịt xông khói hun khói dày hơn
- 1kg thịt bò băm 20% mỡ
- 1 muỗng canh dầu ô liu nhẹ
- 4 lát phô mai Monterey Jack hoặc Cheddar
- 4 bánh burger với hạt vừng
- 1-2 quả cà chua, thái lát dày
- Một nắm nhỏ dưa chuột burger cắt lát
- 2 nắm lớn rau diếp tảng thái nhỏ
- Muối biển và hạt tiêu đen mới xay
- Đối với nước sốt burger
- 150g sốt mayonaise
- 2 thìa cà phê mù tạt nhẹ kiểu Mỹ của Frenchy
- 1 muỗng canh sốt cà chua
- 4 thìa dưa chuột muối chua
- 3 muỗng cà phê giấm rượu trắng
- 1 thìa cà phê bột hành
- 1 thìa cà phê bột tỏi
- $\frac{1}{2}$ thìa cà phê ớt bột hun khói ngọt

HƯỚNG DẪN:
a) Làm lò nướng đủ nóng.
b) Đặt thịt xông khói lên khay nướng và đặt dưới vỉ nướng trong 8-10 phút hoặc cho đến khi giòn.
c) Trộn tất cả các thành phần nước sốt.
d) Cho thịt bò băm vào tô, nêm muối và tiêu. Trộn đều bằng tay sạch và tạo thành 4 chiếc bánh mì kẹp thịt lớn.
e) Đun nóng dầu trong chảo lớn và khi nóng, cho bánh mì kẹp thịt vào. Nấu trong 3 phút cho mỗi mặt, sau đó phủ một lát phô mai lên mỗi mặt, vặn lửa nhỏ và đậy nắp chảo.
f) Khi thịt xông khói chín, hãy cắt bánh mì kẹp thịt làm đôi và đặt chúng dưới vỉ nướng cho đến khi nướng nhẹ.

g) Rưới 2 thìa nước sốt lên nửa dưới của chiếc bánh, sau đó đặt bánh mì kẹp thịt lên trên, sau đó là thịt xông khói. Bây giờ thêm các lát cà chua, dưa chuột muối và rau diếp. Rưới thêm 2 thìa nước sốt lên nửa bánh còn lại rồi đặt lên trên.

47. Burger thịt lợn Teriyaki

THÀNH PHẦN:

- 1 pound thịt lợn xay
- ¼ chén sốt teriyaki
- 2 muỗng canh hành lá thái nhỏ
- 1 tép tỏi, băm nhỏ
- 1 muỗng cà phê gừng tươi xay
- Muối và hạt tiêu cho vừa ăn
- 4 bánh burger
- Dứa lát và rau diếp để phủ lên trên

HƯỚNG DẪN:

a) Trong một bát, trộn thịt lợn xay, sốt teriyaki, hành lá, tỏi, gừng, muối và tiêu.

b) Trộn đều cho đến khi tất cả các thành phần được kết hợp đồng đều.

c) Chia hỗn hợp thành bốn phần bằng nhau và tạo hình thành những miếng chả.

d) Làm nóng trước vỉ nướng hoặc chảo bếp trên lửa vừa cao.

e) Nấu miếng thịt lợn khoảng 4-5 phút mỗi mặt hoặc cho đến khi nhiệt độ bên trong đạt 160°F (71°C).

f) Nướng nhẹ bánh burger trên vỉ nướng hoặc trong máy nướng bánh mì.

g) Đặt một miếng thịt lợn vào nửa dưới của mỗi chiếc bánh.

h) Top với lát dứa và rau diếp.

i) Phủ nửa trên của chiếc bánh lên và thưởng thức.

48. Burger thịt lợn táo và xô thơm

THÀNH PHẦN:
- 1 pound thịt lợn xay
- ½ cốc táo nghiền
- 2 muỗng canh cây xô thơm tươi xắt nhỏ
- 1 tép tỏi, băm nhỏ
- Muối và hạt tiêu cho vừa ăn
- 4 bánh burger
- Hành tây caramen và rau arugula để phủ lên trên

HƯỚNG DẪN:
a) Trong một cái bát, trộn thịt lợn xay, táo nghiền, cây xô thơm, tỏi, muối và hạt tiêu.
b) Trộn đều cho đến khi tất cả các thành phần được kết hợp đồng đều.
c) Chia hỗn hợp thành bốn phần bằng nhau và tạo hình thành những miếng chả.
d) Làm nóng trước vỉ nướng hoặc chảo bếp trên lửa vừa cao.
e) Nấu miếng thịt lợn khoảng 4-5 phút mỗi mặt hoặc cho đến khi nhiệt độ bên trong đạt 160°F (71°C).
f) Nướng nhẹ bánh burger trên vỉ nướng hoặc trong máy nướng bánh mì.
g) Đặt một miếng thịt lợn vào nửa dưới của mỗi chiếc bánh.
h) Phủ hành tây caramen và rau arugula lên trên.
i) Phủ nửa trên của chiếc bánh lên và thưởng thức.

49. Burger thịt lợn Jalapeno và Cheddar

THÀNH PHẦN:

- 1 pound thịt lợn xay
- $\frac{1}{4}$ chén ớt jalapenos thái nhỏ (bỏ hạt để có nhiệt độ nhẹ hơn)
- $\frac{1}{4}$ chén phô mai cheddar cắt nhỏ
- 1 tép tỏi, băm nhỏ
- Muối và hạt tiêu cho vừa ăn
- 4 bánh burger
- Bơ thái lát và mayo chipotle để phủ lên trên

HƯỚNG DẪN:

a) Trong một cái bát, trộn thịt lợn xay, ớt jalapenos, phô mai cheddar, tỏi, muối và tiêu.
b) Trộn đều cho đến khi tất cả các thành phần được kết hợp đồng đều.
c) Chia hỗn hợp thành bốn phần bằng nhau và tạo hình thành những miếng chả.
d) Làm nóng trước vỉ nướng hoặc chảo bếp trên lửa vừa cao.
e) Nấu miếng thịt lợn khoảng 4-5 phút mỗi mặt hoặc cho đến khi nhiệt độ bên trong đạt 160°F (71°C).
f) Nướng nhẹ bánh burger trên vỉ nướng hoặc trong máy nướng bánh mì.
g) Đặt một miếng thịt lợn vào nửa dưới của mỗi chiếc bánh.
h) Phủ bơ thái lát và sốt mayo chipotle lên trên.
i) Phủ nửa trên của chiếc bánh lên và thưởng thức.

50. Burger Thịt Heo Kiểu Ý

THÀNH PHẦN:

- 1 pound thịt lợn xay
- 2 thìa cà chua thái nhỏ
- 2 muỗng canh phô mai Parmesan bào
- 1 tép tỏi, băm nhỏ
- 1 muỗng cà phê húng quế khô
- Muối và hạt tiêu cho vừa ăn
- 4 bánh burger
- Sốt Marinara, phô mai mozzarella và lá húng quế tươi phủ lên trên

HƯỚNG DẪN:

a) Trong một cái bát, trộn thịt lợn xay, cà chua khô, phô mai Parmesan, tỏi, húng quế, muối và tiêu.

b) Trộn đều cho đến khi tất cả các thành phần được kết hợp đồng đều.

c) Chia hỗn hợp thành bốn phần bằng nhau và tạo hình thành những miếng chả.

d) Làm nóng trước vỉ nướng hoặc chảo bếp trên lửa vừa cao.

e) Nấu miếng thịt lợn khoảng 4-5 phút mỗi mặt hoặc cho đến khi nhiệt độ bên trong đạt 160°F (71°C).

f) Nướng nhẹ bánh burger trên vỉ nướng hoặc trong máy nướng bánh mì.

g) Rưới nước sốt marinara lên nửa dưới của mỗi chiếc bánh.

h) Đặt miếng thịt lợn lên trên, tiếp theo là phô mai mozzarella và lá húng quế tươi.

i) Phủ nửa trên của chiếc bánh lên và thưởng thức.

51. Burger Thịt Heo Maple-Bacon

THÀNH PHẦN:
- 1 pound thịt lợn xay
- 2 muỗng canh si-rô phong
- 4 lát thịt xông khói nấu chín, vụn
- 1 tép tỏi, băm nhỏ
- Muối và hạt tiêu cho vừa ăn
- 4 bánh burger
- Mù tạt Maple-Dijon, xà lách và cà chua để phủ lên trên

HƯỚNG DẪN:
a) Trong một cái bát, trộn thịt lợn xay, xirô phong, thịt xông khói vụn, tỏi, muối và tiêu.
b) Trộn đều cho đến khi tất cả các thành phần được kết hợp đồng đều.
c) Chia hỗn hợp thành bốn phần bằng nhau và tạo hình thành những miếng chả.
d) Làm nóng trước vỉ nướng hoặc chảo bếp trên lửa vừa cao.
e) Nấu miếng thịt lợn khoảng 4-5 phút mỗi mặt hoặc cho đến khi nhiệt độ bên trong đạt 160°F (71°C).
f) Nướng nhẹ bánh burger trên vỉ nướng hoặc trong máy nướng bánh mì.
g) Rải mù tạt phong-Dijon lên nửa dưới của mỗi chiếc bánh.
h) Đặt miếng thịt heo lên trên, tiếp theo là rau diếp và cà chua.
i) Phủ nửa trên của chiếc bánh lên và thưởng thức.

52. Burger Dứa-Teriyaki Thịt Heo

THÀNH PHẦN:

- 1 pound thịt lợn xay
- ¼ chén sốt teriyaki
- 2 muỗng canh hành lá thái nhỏ
- 1 tép tỏi, băm nhỏ
- 4 vòng dứa
- Muối và hạt tiêu cho vừa ăn
- 4 bánh burger
- Sriracha mayo và rau diếp để phủ lên trên

HƯỚNG DẪN:

a) Trong một bát, trộn thịt lợn xay, sốt teriyaki, hành lá, tỏi, muối và tiêu.
b) Trộn đều cho đến khi tất cả các thành phần được kết hợp đồng đều.
c) Chia hỗn hợp thành bốn phần bằng nhau và tạo hình thành những miếng chả.
d) Làm nóng trước vỉ nướng hoặc chảo bếp trên lửa vừa cao.
e) Nấu miếng thịt lợn khoảng 4-5 phút mỗi mặt hoặc cho đến khi nhiệt độ bên trong đạt 160°F (71°C).
f) Trong khi nướng miếng chả, hãy nướng các vòng dứa trong 1-2 phút mỗi mặt.
g) Nướng nhẹ bánh burger trên vỉ nướng hoặc trong máy nướng bánh mì.
h) Rưới sriracha mayo lên nửa dưới của mỗi chiếc bánh.
i) Đặt miếng thịt heo lên trên, tiếp theo là dứa nướng và rau diếp.
j) Phủ nửa trên của chiếc bánh lên và thưởng thức.

53. Burger thịt lợn Địa Trung Hải

THÀNH PHẦN:

- 1 pound thịt lợn xay
- ¼ chén hành đỏ thái nhỏ
- 2 tép tỏi, băm nhỏ
- 2 muỗng canh mùi tây tươi xắt nhỏ
- 1 muỗng canh bạc hà tươi xắt nhỏ
- 1 thìa cà phê thì là xay
- Muối và hạt tiêu cho vừa ăn
- 4 bánh burger
- Sốt Tzatziki, xà lách và cà chua để phủ lên trên

HƯỚNG DẪN:

a) Trong một cái bát, trộn thịt lợn xay, hành đỏ, tỏi, mùi tây, bạc hà, thì là, muối và tiêu.

b) Trộn đều cho đến khi tất cả các thành phần được kết hợp đồng đều.

c) Chia hỗn hợp thành bốn phần bằng nhau và tạo hình thành những miếng chả.

d) Làm nóng trước vỉ nướng hoặc chảo bếp trên lửa vừa cao.

e) Nấu miếng thịt lợn khoảng 4-5 phút mỗi mặt hoặc cho đến khi nhiệt độ bên trong đạt 160°F (71°C).

f) Nướng nhẹ bánh burger trên vỉ nướng hoặc trong máy nướng bánh mì.

g) Rưới sốt tzatziki lên nửa dưới của mỗi chiếc bánh.

h) Đặt miếng thịt heo lên trên, tiếp theo là rau diếp và cà chua.

i) Phủ nửa trên của chiếc bánh lên và thưởng thức.

54. Burger thịt lợn xô thơm và táo

THÀNH PHẦN:

- 1 pound thịt lợn xay
- ½ cốc táo nghiền
- 2 muỗng canh cây xô thơm tươi xắt nhỏ
- 2 tép tỏi, băm nhỏ
- Muối và hạt tiêu cho vừa ăn
- 4 bánh burger
- Hành tây caramen và phô mai Thụy Sĩ để phủ lên trên

HƯỚNG DẪN:

a) Trong một cái bát, trộn thịt lợn xay, táo nghiền, cây xô thơm, tỏi, muối và hạt tiêu.

b) Trộn đều cho đến khi tất cả các thành phần được kết hợp đồng đều.

c) Chia hỗn hợp thành bốn phần bằng nhau và tạo hình thành những miếng chả.

d) Làm nóng trước vỉ nướng hoặc chảo bếp trên lửa vừa cao.

e) Nấu miếng thịt lợn khoảng 4-5 phút mỗi mặt hoặc cho đến khi nhiệt độ bên trong đạt 160°F (71°C).

f) Nướng nhẹ bánh burger trên vỉ nướng hoặc trong máy nướng bánh mì.

g) Đặt một miếng thịt lợn vào nửa dưới của mỗi chiếc bánh.

h) Phủ hành tây caramen và phô mai Thụy Sĩ lên trên.

i) Phủ nửa trên của chiếc bánh lên và thưởng thức.

j) Hãy tận hưởng việc làm và thưởng thức những công thức làm bánh mì kẹp thịt lợn thơm ngon này nhé!

BURGER CÁ VÀ HẢI SẢN

55. Bánh mì kẹp cá vụn tối thứ sáu

THÀNH PHẦN:

- ½ cốc (75g) bột mì thường
- 2 quả trứng, đánh nhẹ
- 1 ½ cốc (150g) vụn bánh mì khô
- 4 miếng phi lê cá hồng không da, mỗi miếng nặng khoảng 150g
- Dầu hướng dương để chiên nông
- 1 củ cà rốt, thái nhỏ
- 1 củ cải đường, cắt nhỏ
- 2 muỗng canh sốt mayonnaise, cộng thêm để phết
- ⅓ bó thì là, nhánh cắt nhỏ
- 4 củ ngô, thái lát mỏng
- Nước cốt của ½ quả chanh, thêm vài lát chanh để phục vụ
- 1 xà lách non, tách lá
- 4 bánh burger brioche, nướng nhẹ

HƯỚNG DẪN:

a) Bày ba đĩa riêng biệt bằng bột mì, trứng đánh và vụn bánh mì khô rồi nêm gia vị cho từng món. Lăn từng phi lê cá hồng qua bột mì, sau đó nhúng vào trứng đã đánh và cuối cùng lăn qua vụn bánh mì.

b) Đun nóng dầu hướng dương trong chảo rán trên lửa vừa cao. Chiên phi lê cá hồng trong 4-5 phút, lật chúng cho đến khi chúng chuyển sang màu vàng và chín đều.

CHUẨN BỊ SLAW:

c) Trong một cái bát, trộn cà rốt cắt nhỏ, củ cải đường cắt nhỏ, sốt mayonnaise, thì là cắt nhỏ, ngô cắt lát, nước cốt chanh và nêm gia vị cho vừa ăn.

LẮP RÁP BÁNH BURGER:

d) Đặt một ít lá rau diếp dưới đáy mỗi chiếc bánh mì kẹp thịt brioche, sau đó đặt phi lê cá chiên lên trên, tiếp theo là thịt băm, và cuối cùng, phần bánh trên cùng phết thêm một ít sốt mayonnaise.

e) Phục vụ món bánh mì kẹp cá vụn thơm ngon của bạn với thêm chanh. Thưởng thức bữa ăn tối thứ Sáu của bạn!

56. Bánh mì kẹp thịt cá làm bằng bia với Tartare Slaw

THÀNH PHẦN:

- Dầu thực vật, để chiên ngập dầu
- 1 cốc (150g) bột nở
- 2 thìa canh bột gạo, cộng thêm ½ cốc (75g) để rắc bột
- 1 ½ cốc (375ml) bia
- 1 thìa cà phê muối cần tây
- 400g cá trắng cứng
- 1 thìa cà phê muối gà
- 6 bánh mì ciabatta
- 2 quả cà chua, thái lát mỏng

ĐỐI VỚI VÒI TARTARE ICEBERG:

- 1 củ hành đỏ nhỏ, thái nhỏ
- Nước ép và vỏ của 1 quả chanh
- 2 muỗng canh nụ bạch hoa, xắt nhỏ
- 8 bắp ngô (hoặc bất kỳ loại dưa chua nào), thái nhỏ, cộng thêm để phục vụ
- ¼ rau diếp tảng băng trôi, cắt nhỏ
- 1 thìa thì là xắt nhỏ
- ½ cốc (150g) sốt mayonnaise

HƯỚNG DẪN:
CHUẨN BỊ SLAW:

a) Trong một cái bát, trộn tất cả các nguyên liệu trừ sốt mayonnaise.

CHUẨN BỊ CHO CHIÊN:

b) Lót khay nướng bằng khăn giấy.

c) Đun nóng 5cm dầu thực vật trong chảo rộng hoặc đun trên lửa vừa cao cho đến khi đạt nhiệt độ 180°C trên nhiệt kế. Nếu không có nhiệt kế, bạn có thể kiểm tra xem dầu đã đủ nóng hay chưa bằng cách thả một khối bánh mì vào đó; nó sẽ chuyển sang màu vàng sau 30 giây.

LÀM BÁNH:

d) Trong một tô riêng, trộn bột mì tự nổi, bột gạo, bia và muối cần tây để tạo thành bột. Đổ thêm bột gạo vào tô khác. Làm từng mẻ, lăn từng miếng phi lê cá qua bột gạo, nhúng vào bột rồi cho vào dầu nóng. Chiên trong 3-4 phút hoặc cho đến khi cá chín và bột chuyển sang màu vàng và phồng lên.

e) Chuyển cá chiên ra khay đã chuẩn bị sẵn và rắc một ít muối gà. Lặp lại quá trình với phi lê cá còn lại.

LẮP RÁP BÁNH BURGER:

f) Trộn sốt mayonnaise với salad rồi trộn đều. Chia hỗn hợp salad này cho các bánh ciabatta và phủ cá chiên và lát cà chua lên trên.

g) Cố định bánh mì kẹp thịt bằng xiên và thêm một chiếc bánh ngô nướng lên trên để tạo thêm điểm nhấn. Phục vụ và thưởng thức!

57. Burger cá Tempura

THÀNH PHẦN:

- 1 cốc (250ml) giấm táo
- 2 muỗng canh đường trắng
- 1 muỗng cà phê hạt mù tạt và hạt caraway
- 2 trái ớt khô
- 1 củ thì là, thái lát mỏng
- 2 quả dưa chuột Lebanon, thái lát mỏng
- 1 bó thì là nhỏ
- ¾ cốc (225g) aioli
- Dầu hướng dương, để chiên ngập dầu
- 200g bột tempura, cộng thêm để phủ bụi
- 2 phi lê cá hồng vừa, bỏ xương, mỗi phi lê cắt làm đôi
- 4 cuộn brioche lớn, nướng
- Xà lách Iceberg, để phục vụ

HƯỚNG DẪN:

a) Trong một cái chảo, trộn giấm táo, đường trắng, hạt mù tạt, hạt caraway, ớt khô, 2 thìa cà phê muối và ¾ cốc (180ml) nước.

b) Đun sôi hỗn hợp, sau đó giảm nhiệt và đun nhỏ lửa trong 5 phút. Trong một cái bát chịu nhiệt, đặt thì là thái mỏng, dưa chuột và 3/4 thì là.

c) Đổ hỗn hợp giấm nóng lên trên và để nguội và ngâm nhẹ trong ít nhất 10 phút.

d) Đun nóng dầu hướng dương trong nồi chiên ngập dầu hoặc chảo lớn đến 190°C (một khối bánh mì sẽ chuyển sang màu vàng sau 10 giây khi dầu đủ nóng).

e) Làm theo hướng dẫn trên gói bột tempura để làm bột.

f) Rắc nhẹ lên cá một lớp bột mì rồi phủ chúng vào bột. Chiên cá ngập dầu, quay một lần trong 2-3 phút cho đến khi vàng. Xả chúng trên khăn giấy.

LẮP RÁP BÁNH BURGER:

g) Xả một nửa số dưa chua (phần còn lại có thể bảo quản trong hộp kín, để trong tủ lạnh tối đa 2 tuần).

h) Rải một nửa số aioli thì là lên trên phần đế của bánh mì brioche nướng, sau đó phủ rau diếp, cá chiên tempura, dưa chua và phần aioli thì là còn lại lên trên. Cuối cùng, kẹp bánh mì kẹp thịt với phần trên của cuộn.

i) Thưởng thức Burger cá Tempura thơm ngon với dưa chuột và dưa chua thì là!

58. Burger cá phi lê

THÀNH PHẦN:

- 1 miếng cá trắng tẩm bột đông lạnh
- 1 chiếc bánh hamburger nhỏ cỡ thường
- 1 muỗng canh sốt tartar đã chuẩn bị sẵn
- ½ lát phô mai Mỹ thật
- muối nhỏ
- 1 tờ giấy sáp (để bọc)

HƯỚNG DẪN:

a) Làm nóng nồi chiên của bạn ở nhiệt độ 375-400 độ. Sau khi đã sẵn sàng, nấu cá trong 3-5 phút cho đến khi chín.

b) Loại bỏ và thêm một chút muối.

c) Cho bánh vào lò vi sóng khoảng 10 giây cho đến khi nóng và bốc hơi.

d) Thêm khoảng 1 muỗng canh sốt tartar đã chuẩn bị vào mặt trên của bánh.

e) Đặt phi lê cá đã nấu chín lên trên, thêm ½ lát phô mai Mỹ vào giữa cá và thêm phần gót bánh mì.

f) Bọc trong một tờ giấy sáp 12" x 12" và làm ấm ở nhiệt độ thấp nhất trong lò trong 8-10 phút.

59. Burger cá tuyết

THÀNH PHẦN:

- ½ pound phi lê cá tuyết
- ½ muỗng cà phê vỏ chanh tươi, bào mịn
- ½ quả trứng
- ½ muỗng cà phê tương ớt đỏ
- Muối, để nếm
- ½ muỗng canh nước cốt chanh tươi
- 3 muỗng canh dừa, nạo và chia
- 1 củ hành nhỏ, thái nhỏ
- 1 muỗng canh mùi tây tươi, xắt nhỏ

HƯỚNG DẪN:

a) Cho phi lê cá tuyết, vỏ chanh, trứng, tương ớt, muối, nước cốt chanh vào máy xay thực phẩm rồi xay cho đến khi mịn.

b) Chuyển hỗn hợp cá tuyết vào tô.

c) Thêm 1½ thìa dừa, hành lá và mùi tây vào rồi trộn đều cho đến khi hòa quyện.

d) Làm 4 miếng có kích thước bằng nhau từ hỗn hợp.

e) Trong một cái đĩa cạn, đặt phần dừa còn lại.

f) Phủ đều các miếng chả trong dừa.

g) Nhấn nút CHẾ ĐỘ AIR OVEN của Lò nướng không khí kỹ thuật số và xoay nút xoay để chọn chế độ "Air Fry".

h) Nhấn nút THỜI GIAN/LƯỢT và xoay nút xoay lần nữa để đặt thời gian nấu thành 7 phút.

i) Bây giờ hãy nhấn nút TEMP/SHADE và xoay nút xoay để đặt nhiệt độ thành 375 °F.

j) Nhấn nút "Bắt đầu/Dừng" để bắt đầu.

k) Khi thiết bị phát ra tiếng bíp cho biết thiết bị đã được làm nóng trước, hãy mở cửa lò.

l) Xếp các miếng chả vào giỏ chiên đã phết dầu rồi cho vào lò nướng.

m) Khi nấu xong, mở cửa lò và dùng nóng.

60. Bánh mì kẹp thịt cá lấy cảm hứng từ châu Á

THÀNH PHẦN:

- 500g phi lê cá hồi bỏ da, bỏ xương, cắt thành miếng 1cm
- Gừng 5cm (25g), bào nhuyễn
- 1 quả ớt đỏ, thái nhỏ
- ½ cốc (25g) vụn bánh mì panko
- 1 muỗng canh dầu ô liu
- 4 chiếc bánh burger trắng mềm, chia đôi
- ½ quả dưa chuột Lebanon, gọt vỏ thành dải
- 5 củ cải, gọt vỏ, thái lát mỏng
- Sốt ớt
- ⅓ cốc (100g) sốt mayonnaise
- 1 thìa tương ớt
- Sốt mayo Teriyaki
- ⅓ cốc (100g) sốt mayonnaise
- 1 muỗng canh sốt teriyaki

HƯỚNG DẪN:

a) Cho nửa con cá hồi vào máy xay thực phẩm cho đến khi thái nhỏ. Thêm gừng và ớt vào, xay nhuyễn để hòa quyện. Chuyển sang tô, khuấy đều các miếng cá hồi còn lại và nêm đều với muối và hạt tiêu đen mới xay.

b) Lót khay nướng bằng giấy nướng. Chia hỗn hợp cá hồi thành bốn miếng dày 2cm. Cẩn thận phủ các miếng chả trong vụn bánh mì, ấn vụn bánh mì vào trong miếng chả. Đặt trên khay đã chuẩn bị sẵn, đậy nắp và để lạnh trong 20 phút hoặc cho đến khi cứng lại.

c) Để có sốt mayonnaise có hương vị, trộn các nguyên liệu làm sốt mayonnaise vào 2 bát riêng biệt.

d) Đun nóng vỉ nướng hoặc chảo nướng than ở lửa vừa cao. Rưới dầu lên miếng cá hồi và nấu, quay nửa chừng, trong 6-8 phút hoặc cho đến khi vàng và chín đều. Nướng bánh, cắt mặt xuống trong 30 giây hoặc cho đến khi nướng nhẹ.

e) Đặt đế bánh burger của bạn lên đĩa. Chia dưa chuột thành các phần đế, phủ cá hồi và củ cải lên trên, sau đó rưới sốt mayonnaise lên, để chúng rưới lên các mặt và trên đĩa.

f) Đắp nắp bánh lên trên và dùng ngay.

61. Burger cá hồi của ngư dân may mắn

THÀNH PHẦN:
BURGER CÁ HỒI:
- 3 quả trứng
- 5 thìa sữa
- Ba lon 14 ¾ ounce cá hồi Alaska hoang dã, để ráo nước, loại bỏ da và xương, vảy
- 5 củ hành vừa, xắt nhỏ
- 2½ chén vụn bánh mì mềm
- ¾ thìa cà phê muối

PHỤC VỤ:
- 10 bánh quy xoắn
- 12½ chén rau arugula rửa sạch và sấy khô
- 2 quả cà chua lớn, thái lát

SỐT CRACK CHO BURGER CÁ HỒI:
- 2½ cốc kem chua
- 2½ cốc mayo
- 3 muỗng canh nụ bạch hoa thái nhỏ
- 3 thìa thì là xắt nhỏ
- 1 quả chanh gọt vỏ và vắt
- 1 thìa tỏi băm nhỏ
- Muối và hạt tiêu cho vừa ăn

HƯỚNG DẪN:
HỘI HỢP BURGER CÁ HỒI:
a) Trong tô vừa, đánh trứng và sữa bằng nĩa hoặc máy đánh trứng.
b) Khuấy cá hồi Alaska, hành lá, vụn bánh mì và muối.
c) Nặn hỗn hợp thành 10 miếng có đường kính khoảng 4 inch.
d) Đặt miếng chả cá hồi vào lò nướng ở nhiệt độ 500 độ trong 9 phút, quay một lần cho đến khi có màu vàng nâu.
e) Rưới nước sốt crack lên phần bánh dưới và bánh trên.

f) Sau khi bánh chín, lấy bánh ra khỏi lò và đặt vào nửa dưới của bánh.

g) Đặt rau arugula lên trên chiếc bánh, sau đó đặt cà chua đã nhúng vào nước sốt lên trên.

h) Dùng dao gắp bánh mì kẹp thịt để giữ chúng lại với nhau.

ĐỐI VỚI SỐT CRACK:

i) Trộn kem chua và sốt mayonnaise cho đến khi mịn.

j) Thêm nụ bạch hoa, thì là và tỏi vào hỗn hợp sốt mayonnaise. Khuấy để kết hợp.

k) Gọt vỏ và vắt chanh vào hỗn hợp. Hãy chắc chắn không thêm hạt chanh.

l) Thêm muối và hạt tiêu cho vừa ăn.

BÁNH BURGER TRÁI CÂY

62. Burger gà đào và Brie

THÀNH PHẦN:
- 1 pound thịt gà xay
- $\frac{1}{2}$ chén đào tươi thái nhỏ
- 2 muỗng canh húng quế tươi xắt nhỏ
- 1 tép tỏi, băm nhỏ
- Muối và hạt tiêu cho vừa ăn
- 4 bánh burger
- Phô mai brie thái lát và rau arugula để phủ lên trên

HƯỚNG DẪN:
a) Trong một bát, kết hợp thịt gà xay, đào xắt nhỏ, húng quế, tỏi, muối và hạt tiêu.
b) Trộn đều cho đến khi tất cả các thành phần được kết hợp đồng đều.
c) Chia hỗn hợp thành bốn phần bằng nhau và tạo hình thành những miếng chả.
d) Làm nóng trước vỉ nướng hoặc chảo bếp trên lửa vừa cao.
e) Nấu miếng chả gà khoảng 4-5 phút mỗi mặt hoặc cho đến khi nhiệt độ bên trong đạt 165°F (74°C).
f) Nướng nhẹ bánh burger trên vỉ nướng hoặc trong máy nướng bánh mì.
g) Đặt một miếng thịt gà vào nửa dưới của mỗi chiếc bánh.
h) Phủ phô mai brie thái lát và rau arugula lên trên.
i) Phủ nửa trên của chiếc bánh lên và thưởng thức.

63. Burger đậu đen xoài

THÀNH PHẦN:
- 1 lon (15 oz) đậu đen, để ráo nước và rửa sạch
- 1 quả xoài chín, gọt vỏ và thái hạt lựu
- $\frac{1}{4}$ chén hành đỏ thái nhỏ
- 2 muỗng canh rau mùi tươi xắt nhỏ
- 1 thìa cà phê thì là xay
- $\frac{1}{2}$ muỗng cà phê ớt bột
- Muối và hạt tiêu cho vừa ăn
- $\frac{1}{2}$ chén vụn bánh mì
- 4 bánh burger
- Bơ cắt lát và sốt salsa để phủ lên trên

HƯỚNG DẪN:
a) Trong một tô lớn, dùng nĩa nghiền đậu đen cho đến khi đậu được nghiền một phần nhưng vẫn còn một ít đậu nguyên.

b) Cho xoài thái hạt lựu, hành tím, ngò, thì là, ớt bột, muối, tiêu và vụn bánh mì vào tô.

c) Trộn đều cho đến khi tất cả các thành phần được kết hợp.

d) Chia hỗn hợp thành bốn phần bằng nhau và tạo hình thành những miếng chả.

e) Làm nóng trước vỉ nướng hoặc chảo bếp trên lửa vừa cao.

f) Nấu miếng đậu đen trong khoảng 4-5 phút mỗi mặt hoặc cho đến khi chúng nóng đều và cứng lại.

g) Nướng nhẹ bánh burger trên vỉ nướng hoặc trong máy nướng bánh mì.

h) Đặt một miếng đậu đen vào nửa dưới của mỗi chiếc bánh.

i) Phủ bơ cắt lát và salsa lên trên.

j) Phủ nửa trên của chiếc bánh lên và thưởng thức.

64. Burger bò phô mai xanh và lê

THÀNH PHẦN:

- 1 pound thịt bò xay
- 1 quả lê chín, gọt vỏ và xay nhuyễn
- 2 muỗng canh phô mai xanh vụn
- 1 tép tỏi, băm nhỏ
- Muối và hạt tiêu cho vừa ăn
- 4 bánh burger
- Hành tây caramen và rau bina non để phủ lên trên

HƯỚNG DẪN:

a) Trong một cái bát, trộn thịt bò xay, lê bào, phô mai xanh, tỏi, muối và tiêu.

b) Trộn đều cho đến khi tất cả các thành phần được kết hợp đồng đều.

c) Chia hỗn hợp thành bốn phần bằng nhau và tạo hình thành những miếng chả.

d) Làm nóng trước vỉ nướng hoặc chảo bếp trên lửa vừa cao.

e) Nấu miếng thịt bò trong khoảng 4-5 phút mỗi mặt hoặc cho đến khi nhiệt độ bên trong đạt 160°F (71°C).

f) Nướng nhẹ bánh burger trên vỉ nướng hoặc trong máy nướng bánh mì.

g) Đặt một miếng thịt bò vào nửa dưới của mỗi chiếc bánh.

h) Phủ hành tây caramen và rau chân vịt non lên trên.

i) Phủ nửa trên của chiếc bánh lên và thưởng thức.

65. Burger đào và phô mai dê nướng

THÀNH PHẦN:

- 1 pound thịt bò xay
- 2 quả đào chín, cắt đôi và bỏ hạt
- 2 ounce phô mai dê
- 2 muỗng canh húng quế tươi xắt nhỏ
- Muối và hạt tiêu cho vừa ăn
- 4 bánh burger
- Hỗn hợp rau xanh và mật ong để làm topping

HƯỚNG DẪN:

a) Trong một cái bát, trộn thịt bò xay, húng quế cắt nhỏ, muối và tiêu.

b) Trộn đều cho đến khi tất cả các thành phần được kết hợp đồng đều.

c) Chia hỗn hợp thành bốn phần bằng nhau và tạo hình thành những miếng chả.

d) Làm nóng trước vỉ nướng hoặc chảo bếp trên lửa vừa cao.

e) Nướng nửa quả đào khoảng 2-3 phút mỗi mặt cho đến khi xuất hiện vết nướng.

f) Lấy nửa quả đào ra khỏi vỉ nướng và đặt sang một bên.

g) Nấu miếng thịt bò trong khoảng 4-5 phút mỗi mặt hoặc cho đến khi nhiệt độ bên trong đạt 160°F (71°C).

h) Nướng nhẹ bánh burger trên vỉ nướng hoặc trong máy nướng bánh mì.

i) Phết phô mai dê lên nửa dưới của mỗi chiếc bánh.

j) Đặt miếng thịt bò lên trên, tiếp theo là nửa quả đào nướng.

k) Rưới hỗn hợp rau xanh lên trên và rưới thêm mật ong.

l) Phủ nửa trên của chiếc bánh lên và thưởng thức.

66. Burger bò phô mai việt quất

THÀNH PHẦN:
- 1 pound thịt bò xay
- ½ cốc quả việt quất tươi
- 2 muỗng canh phô mai dê vụn
- 1 tép tỏi, băm nhỏ
- Muối và hạt tiêu cho vừa ăn
- 4 bánh burger
- Rau arugula và hành đỏ lát để phủ lên trên

HƯỚNG DẪN:
a) Trong một cái bát, trộn thịt bò xay, quả việt quất, phô mai dê, tỏi, muối và hạt tiêu.
b) Trộn đều cho đến khi tất cả các thành phần được kết hợp đồng đều.
c) Chia hỗn hợp thành bốn phần bằng nhau và tạo hình thành những miếng chả.
d) Làm nóng trước vỉ nướng hoặc chảo bếp trên lửa vừa cao.
e) Nấu miếng thịt bò trong khoảng 4-5 phút mỗi mặt hoặc cho đến khi nhiệt độ bên trong đạt 160°F (71°C).
f) Nướng nhẹ bánh burger trên vỉ nướng hoặc trong máy nướng bánh mì.
g) Đặt một miếng thịt bò vào nửa dưới của mỗi chiếc bánh.
h) Top với rau arugula và lát hành tây đỏ.
i) Phủ nửa trên của chiếc bánh lên và thưởng thức.

BÁNH BURGER CHAY

67. Burger khoai lang Hangover

THÀNH PHẦN:
- 1 củ khoai lang, cắt thành từng khoanh dày 1cm
- 2 muỗng canh dầu ô liu nguyên chất
- 4 quả trứng
- 4 ổ bánh mì, cắt lát chéo
- 1 tép tỏi, giảm một nửa
- 1 quả cà chua, cắt đôi theo đường chéo
- Lá rau bina non, cải xoăn non và lá húng quế nhỏ để phục vụ
- 4 lát phô mai ngon
- Tương ớt, để phết

HƯỚNG DẪN:
a) Làm nóng lò nướng ở nhiệt độ 200°C và lót khay nướng bằng giấy nướng.

b) Trộn các lát khoai lang với 1 thìa dầu ô liu lên khay nướng đã chuẩn bị sẵn. Nướng chúng trong khoảng 20 phút hoặc cho đến khi chúng mềm. Che để giữ ấm cho chúng.

c) Trong khi nướng khoai lang, đun nóng 1 thìa dầu ô liu còn lại trong chảo rán lớn trên lửa vừa cao. Cẩn thận đập trứng vào và chiên cho đến khi lòng trắng trứng vừa chín hoặc cho đến khi đạt độ chín mà bạn mong muốn.

d) Tăng nhiệt lên cao và thêm các cuộn bánh mì vào, cắt úp xuống. Nấu trong khoảng 90 giây hoặc cho đến khi chúng chín.

e) Chà xát mặt cắt của mỗi cuộn với tép tỏi cắt đôi, sau đó chà xát chúng với một nửa quả cà chua, ép nước ép cà chua vào bánh mì.

LẮP RÁP BURGER:

f) Khi ăn, phết tương ớt lên cả nửa trên và nửa dưới của bánh. Trên nửa dưới có khoai lang nướng, những lát phô mai thơm ngon, lá rau bina non, cải xoăn non, húng quế và một quả trứng chiên. Nêm theo ý muốn và hoàn thành món bánh mì kẹp thịt với nửa trên của cuộn.

g) Thưởng thức món burger nửa buổi nôn nao hoàn hảo của bạn!

68. Bánh mì kẹp thịt bí ngô và Haloumi

THÀNH PHẦN:

- 650g bí đỏ gọt vỏ, cắt nhỏ
- ¼ cốc (60ml) dầu ô liu, cộng thêm dầu để rưới
- 2 muỗng cà phê za'atar
- 400g đậu xanh đóng hộp, rửa sạch, để ráo nước, dùng nĩa nghiền nhuyễn
- 1 cốc (70g) vụn bánh mì tươi
- 1 chén lá mùi tây lá phẳng, xắt nhỏ
- 1 quả trứng, đánh nhẹ
- 200g sữa chua kiểu Hy Lạp đặc
- 1 muỗng canh tahini
- Vỏ bào nhuyễn của 1 quả chanh và 1 thìa nước cốt
- 250g halloumi, thái lát
- 4 ổ bánh mì nướng
- Lá xà lách bơ và lát cà chua để phục vụ

HƯỚNG DẪN:

a) Làm nóng lò nướng của bạn ở nhiệt độ 220°C.

b) Đặt bí ngô đã cắt nhỏ lên khay nướng, rưới dầu ô liu lên trên, rải 1 thìa cà phê za'atar và nêm muối và tiêu.

c) Nướng trong 20-25 phút cho đến khi bí ngô mềm và hơi caramen.

d) Chuyển nó vào một cái bát và nghiền nó thành một hỗn hợp sệt với đậu xanh nghiền, vụn bánh mì, rau mùi tây cắt nhỏ và trứng đánh. Nặn hỗn hợp này thành 4 miếng và để lạnh trong 15 phút.

e) Trong một cái bát, trộn sữa chua kiểu Hy Lạp, tahini, vỏ chanh và nước chanh. Nêm với muối và hạt tiêu. Đặt sang một bên cho đến khi sẵn sàng phục vụ.

f) Đun nóng 2 muỗng canh dầu ô liu trong chảo rán trên lửa vừa. Chiên miếng chả, lật một lần trong 6-8 phút cho đến khi chúng chuyển sang màu vàng nâu. Giữ ấm cho họ.

g) Lau sạch chảo và để lửa vừa. Thêm 1 muỗng canh dầu ô liu còn lại và thêm các lát halloumi. Nấu, lật chúng trong 1-2 phút cho đến khi chúng chuyển sang màu vàng.
h) **LẮP RÁP BÁNH BURGER:**
i) Để gói bánh mì kẹp thịt, hãy phết hỗn hợp sữa chua vào phần dưới của ổ bánh mì nướng. Phủ rau diếp, lát cà chua, halloumi, miếng bí ngô và thêm một ít hỗn hợp sữa chua lên trên. Rắc 1 thìa cà phê za'atar còn lại, sau đó đặt mặt bánh cuộn lên và dùng ngay.
j) Thưởng thức bánh mì kẹp thịt bí ngô và Haloumi của bạn!

69. Bánh mì kẹp thịt băm Haloumi với cải xoăn Aioli

THÀNH PHẦN:

- 200g khoai tây Desiree, gọt vỏ, bào sợi, vắt kiệt nước
- 250g halloumi, bào sợi
- 1 muỗng canh bột mì nguyên chất
- 1 quả trứng
- 4 cây nấm portobello lớn
- Dầu ô liu nguyên chất, để làm mưa phùn
- 1 cốc (300g) aioli
- 2 chén lá cải xoăn xắt nhỏ, chần qua, tươi
- 4 ổ bánh mì lúa mạch đen, cắt đôi, nướng sơ
- Lá rocket và sốt Sriracha hoặc sốt cà chua để phục vụ

HƯỚNG DẪN:

a) Làm nóng lò nướng của bạn ở nhiệt độ 220°C.

b) Trong một cái bát, trộn khoai tây nghiền, halloumi bào, bột mì và trứng. Nêm hỗn hợp với hạt tiêu. Tạo hỗn hợp thành bốn vòng trên khay nướng có lót giấy nướng.

c) Đặt khay lên kệ trên cùng của lò nướng và nướng, chuyển khoai tây sang màu nâu nửa chừng trong khoảng 30 phút hoặc cho đến khi chúng chuyển sang màu vàng.

d) Trong khi đó, đặt nấm portobello lên một khay nướng khác, rưới dầu ô liu lên và nêm gia vị. Nướng chúng ở ngăn dưới cùng của lò nướng (bên dưới bánh khoai tây chiên màu nâu) trong 15 phút nấu cuối cùng hoặc cho đến khi chúng chín hẳn.

e) Đặt aioli và cải xoăn cắt nhỏ vào máy xay thực phẩm nhỏ và chế biến cho đến khi hỗn hợp trở nên xanh và hòa quyện.

LẮP RÁP BÁNH BURGER:

f) Trải đều phần đế của bánh mì lúa mạch đen với aioli cải xoăn.
g) Phủ lên trên mỗi cuộn bánh khoai tây chiên màu nâu halloumi, lá rocket, nấm nướng, Sriracha (hoặc sốt cà chua) và nắp cuộn.
h) Thưởng thức bánh mì kẹp thịt băm Haloumi độc đáo và ngon miệng của bạn với Kale Aioli!

70. Bánh mì kẹp thịt bí ngòi chiên

THÀNH PHẦN:

- 1 quả bí xanh, xay thô
- 80g đậu xanh đóng hộp, thái nhỏ
- ¼ cốc (50g) feta, vỡ vụn
- ½ cốc (40g) parmesan, bào sợi
- ¼ chén thì là thái nhỏ, cộng thêm 2 thìa xắt nhỏ
- 1 muỗng canh bạc hà thái nhỏ
- 2 củ hành lá, thái nhỏ
- 1/4 cốc (40g) hạt hướng dương
- ¼ cốc (35g) bột đậu xanh (besan)
- 1 quả trứng
- Một nhúm ớt cayenne
- ¼ thìa cà phê bột nở
- 40g bơ không muối
- ⅓ cốc (80ml) dầu ô liu
- 4 củ hành đỏ, thái lát mỏng
- 2 muỗng canh đường nâu
- 2 muỗng canh giấm balsamic
- ⅓ cốc (100g) sốt mayonnaise loại tốt
- 2 thìa cà phê thì là xay
- 1 thìa nước cốt chanh
- 4 ổ bánh mì ngũ cốc
- 1 củ cải đường, nướng, gọt vỏ, thái lát
- 2 quả cà chua Roma, thái lát
- 1 chén lá rau mùi, xắt nhỏ
- 1 cốc (35g) lá rau bina non

HƯỚNG DẪN:

a) Đặt bí xanh đã xay thô vào một miếng vải mỏng hoặc vải sạch và vắt để loại bỏ chất lỏng dư thừa. Chuyển sang tô và trộn với đậu xanh thái nhỏ, feta vụn, phô mai parmesan bào, ¼ chén thì là thái nhỏ, bạc hà, hành lá và hạt hướng dương. Nêm thật nhiều muối và đặt sang một bên.

b) Trong một bát riêng, trộn bột đậu xanh, trứng, ớt cayenne và bột nở với ¼ cốc (60ml) nước. Đánh đều cho đến khi tạo thành một khối bột mịn. Thêm hỗn hợp bí xanh vào bột đậu xanh và nhẹ nhàng trộn cho đến khi kết hợp tốt. Đậy nắp và để lạnh trong 20 phút.

c) Trong chảo trên lửa nhỏ, làm tan bơ và thêm 2 thìa dầu ô liu. Thêm hành tím thái mỏng vào nấu, thỉnh thoảng khuấy trong vòng 10 - 15 phút cho đến khi chúng mềm và trong suốt. Thêm đường nâu và giấm balsamic vào nấu thêm 5 phút hoặc cho đến khi hành tây chuyển sang màu caramen. Để qua một bên.

d) Đun nóng 2 thìa dầu ô liu còn lại trong chảo chống dính trên lửa vừa. Múc 1/4 hỗn hợp bí xanh vào chảo. Nấu trong 3 phút, sau đó lật và nấu thêm 3 phút nữa hoặc cho đến khi có màu vàng nâu và chín đều. Lấy ra khỏi chảo và giữ ấm trong khi lặp lại với phần bột còn lại.

CHUẨN BỊ DILL MAYO:

e) Trong một cái bát, trộn sốt mayonnaise, 2 thìa thì là thái nhỏ, thì là xay và nước cốt chanh còn lại.

f) Nêm muối và trộn đều.

LẮP RÁP BÁNH BURGER:

g) Làm nóng lò nướng ở mức trung bình cao. Cắt đôi những cuộn bánh mì ngũ cốc và nướng chúng dưới vỉ nướng trong 1-2 phút cho đến khi vàng nhạt.

h) Rưới 1 thìa sốt mayo thì là lên đế mỗi cuộn và phủ bí xanh rán, củ cải đường nướng và lát cà chua lên trên.

i) Phủ rau mùi xắt nhỏ và lá rau bina non, và kết thúc bằng một thìa hành tây caramen. Thay thế nửa trên của ổ bánh mì và thưởng thức.

j) Thưởng thức bánh mì kẹp thịt Zucchini Fritter thơm ngon của bạn!

71. Nấm ngâm và bánh mì kẹp thịt Haloumi

THÀNH PHẦN:
- 1 quả bơ lớn
- Vỏ bào mịn và nước cốt của 1 quả chanh
- 2 muỗng canh dầu ô liu
- 4 cây nấm portobello, cắt bỏ cuống
- 1 tép tỏi, nghiền nát
- 4 nhánh húng tây, hái lá
- 1 quả ớt đỏ dài, bỏ hạt, thái nhỏ
- 1 thìa mật ong
- 2 muỗng canh giấm táo
- 250g haloumi, cắt thành 4 lát
- 4 chiếc bánh burger, tách đôi và nướng nhẹ
- Mayonnaise và lá tên lửa hoang dã, để phục vụ

HƯỚNG DẪN:

a) Nghiền bơ bằng nĩa và nêm gia vị. Rưới một nửa nước cốt chanh lên quả bơ nghiền, sau đó đặt nó sang một bên.

b) Đun nóng 1 thìa dầu ô liu trong chảo lớn trên lửa vừa. Thêm nấm portobello, nêm hạt tiêu và nấu trong khoảng 6 phút hoặc cho đến khi hơi mềm.

c) Cho 1 thìa dầu ô liu còn lại vào chảo cùng với tỏi nghiền, lá húng tây, ớt băm nhỏ, vỏ chanh và nước cốt chanh còn lại. Nấu, lật nấm để phủ chúng trong 2 phút. Sau đó, rưới mật ong, giấm táo và $\frac{1}{2}$ thìa muối lên trên.

d) Nấu, đảo thêm 1 phút hoặc cho đến khi nấm được phủ đều. Lấy chảo ra khỏi bếp.

e) Đặt một chiếc chảo rán khác lên lửa vừa. Thêm các lát halloumi vào và nấu, lật chúng trong khoảng 3 phút hoặc cho đến khi chúng chuyển sang màu vàng.

LẮP RÁP BÁNH BURGER:

f) Chia quả bơ nghiền vào nửa dưới của bánh mì kẹp thịt nướng.

g) Phủ lên trên mỗi miếng một lát halloumi, nấm portobello nấu chín, một ít sốt mayonnaise, một nắm lá tên lửa dại và nửa trên của bánh mì kẹp thịt.

h) Thưởng thức bánh mì kẹp nấm và bánh mì kẹp thịt Haloumi ngon tuyệt của bạn!

72. Bánh mì kẹp thịt cà tím Tempura

THÀNH PHẦN:

- 800g khoai lang trộn, cắt thành từng miếng mỏng còn nguyên vỏ
- ¼ cốc (60ml) dầu ô liu
- ⅓ cốc (80ml) sốt mayonnaise trứng nguyên quả
- ¼ chén pesto cà chua khô
- 2 muỗng cà phê harissa (hoặc tương ớt khác)
- 1 quả cà tím lớn, cắt thành 4 lát, mỗi lát dày 3cm
- 200g hỗn hợp tempura (có bán tại một số siêu thị)
- Dầu hướng dương, để chiên ngập dầu
- 4 chiếc bánh brioche, cắt đôi và nướng
- Xà lách bơ và dưa chua thì là để ăn kèm

HƯỚNG DẪN:

a) Làm nóng lò ở nhiệt độ 220°C. Cho các miếng khoai lang vào 2 thìa dầu ô liu và nêm muối và tiêu.

b) Đặt chúng lên khay nướng có lót giấy nướng. Nướng, quay nửa chừng trong 35 phút hoặc cho đến khi chúng trở nên giòn. Nhẹ nhàng che lại bằng giấy bạc và đặt sang một bên. Quay trở lại lò nướng trong 5 phút trước khi dùng, rưới dầu ô liu còn lại.

c) Trong một cái bát, trộn sốt mayonnaise, sốt pesto cà chua khô và harissa. Nêm muối và hạt tiêu, rồi đặt sang một bên.

d) Trộn các lát cà tím vào ¼ cốc (35g) hỗn hợp bột tempura, lắc sạch phần bột thừa. Chuẩn bị bột tempura còn lại theo hướng dẫn trên gói.

e) Đổ dầu hướng dương vào một nửa chảo và đun nóng đến 190°C (một khối bánh mì sẽ chuyển sang màu vàng sau 10 giây khi dầu đủ nóng). Chiên từng mẻ cà tím, đảo một lần trong 5 phút hoặc cho đến khi chúng trở nên giòn.

f) Dùng thìa có rãnh chuyển chúng vào khăn giấy để nguội một chút. Nêm muối mảnh.

LẮP RÁP BÁNH BURGER:

g) Rưới sốt mayo cà chua cay lên các mặt cắt của bánh.

h) Đặt nửa dưới lên trên với rau diếp, lát cà tím giòn và dưa chua thái lát. Sandwich với nửa trên và ăn kèm với khoai lang chiên bên cạnh.

i) Thưởng thức món bánh mì kẹp thịt cà tím Tempura thơm ngon với sốt cà chua cay!

73. Burger bơ nướng với đậu ướp

THÀNH PHẦN:
- 3-4 quả bơ vừa
- nước ép của 1 quả chanh
- dầu ô liu
- Đậu ướp
- 1 muỗng canh giấm rượu trắng
- 200 g đậu đen nấu chín
- 2-3 quả cà chua hun khói
- 1 củ hành lá, thái nhỏ
- 1 thìa cà phê ớt serrano thái nhỏ
- 1 muỗng canh rau mùi thái nhỏ
- 1 thìa cà phê tỏi băm nhuyễn
- 2 muỗng canh dầu ô liu
- vỏ của 1 quả chanh

PHỤC VỤ
- 6 chiếc bánh burger, giảm một nửa
- bơ cho bánh bao
- 6 thìa kem tươi
- rau mùi tây và rau mùi
- ớt cayenne

HƯỚNG DẪN:
a) Chuẩn bị cà chua hun khói trên vỉ nướng.
b) Trộn cà chua xắt nhỏ hun khói với các nguyên liệu khác và đậu ướp.
c) Đặt các lát bơ lên đĩa và rưới nước cốt chanh và dầu lên chúng.
d) Nướng nhanh các lát bơ trên vỉ nướng ở nhiệt độ rất cao hoặc dùng đèn hàn để làm khô bề mặt.
e) Nướng bánh nhanh trên vỉ nướng với bơ trên bề mặt cắt.
f) Trên mỗi chiếc bánh, phết một thìa lớn đậu ướp, lát bơ, kem fraiche, rau mùi tây và rau mùi.

g) Rắc thêm một ít ớt cayenne là xong.

74. Bánh mì kẹp thịt bơ bơ

THÀNH PHẦN:

- 1 quả bơ cỡ vừa; bỏ lõi và gọt vỏ
- 1 chén đậu nành nấu chín
- ½ củ hành tây; thái hạt lựu
- 1 muỗng cà phê mù tạt đã chuẩn bị
- 1 muỗng canh cà chua xay nhuyễn
- Muối để nếm
- Vụn bánh mì nguyên hạt

HƯỚNG DẪN:

a) Trộn tất cả nguyên liệu trừ vụn bánh mì trong máy xay sinh tố hoặc máy chế biến thực phẩm; xay đến khi mịn.

b) Cho hỗn hợp vào tô và thêm vụn bánh mì cho đến khi hỗn hợp dính lại với nhau đủ để tạo thành 2 miếng bánh mì kẹp thịt.

c) Chiên miếng chả trong dầu hạt cải đã đun nóng cho đến khi chúng chín vàng.

d) Ăn nóng trên bánh mì kẹp thịt cuộn với rau diếp, cà chua thái lát hoặc hành tây thái lát.

75. Burger sốt pesto nấm

THÀNH PHẦN:
- 4 mũ nấm Portobello, bỏ cuống, bỏ mảnh
- Rau bina Pesto
- 4 lát hành tây
- 4 lát cà chua
- 4 bánh hamburger làm từ lúa mì nguyên hạt

HƯỚNG DẪN:
a) Làm nóng lò ở nhiệt độ 400°F.
b) Dùng pesto phủ đều mũ nấm lên cả hai mặt và đặt lên khay nướng có viền.
c) Nấu trong 15 đến 20 phút cho đến khi mềm.
d) Xếp nấm với cà chua và hành tây lên bánh.

76. Burger nấm Portobello

THÀNH PHẦN:
- 4 mũ nấm portobello
- 2 muỗng canh giấm balsamic
- 2 muỗng canh dầu ô liu
- 2 tép tỏi, băm nhỏ
- Muối và hạt tiêu cho vừa ăn
- 4 bánh burger
- Các loại topping tùy thích (rau diếp, cà chua, phô mai, v.v.)

HƯỚNG DẪN:
a) Trong một cái đĩa nông, trộn giấm balsamic, dầu ô liu, tỏi băm, muối và hạt tiêu.
b) Đặt mũ nấm portobello vào đĩa và để ướp trong khoảng 10 phút, lật nửa chừng.
c) Làm nóng trước vỉ nướng hoặc chảo bếp trên lửa vừa cao.
d) Nướng mũ nấm khoảng 4-5 phút mỗi mặt cho đến khi chúng mềm và mọng nước.
e) Nướng nhẹ bánh burger trên vỉ nướng hoặc trong máy nướng bánh mì.
f) Lắp ráp bánh mì kẹp thịt bằng cách đặt nắp nấm portobello nướng ở nửa dưới của mỗi chiếc bánh.
g) Top với lớp phủ ưa thích của bạn.
h) Phủ nửa trên của chiếc bánh lên và thưởng thức.

77. Burger bí ngòi và đậu xanh

THÀNH PHẦN:
- 2 chén bí xanh bào sợi (khoảng 2 quả bí vừa)
- 1 lon (15 oz) đậu xanh, để ráo nước và rửa sạch
- ½ chén vụn bánh mì
- ¼ chén hành tây thái nhỏ
- 2 tép tỏi, băm nhỏ
- 1 thìa cà phê thì là xay
- Muối và hạt tiêu cho vừa ăn
- 4 bánh burger
- Các loại topping tùy thích (rau diếp, cà chua, sốt tzatziki, v.v.)

HƯỚNG DẪN:
a) Đặt bí xanh đã bào sợi vào một chiếc khăn bếp sạch và vắt bớt hơi ẩm dư thừa.

b) Trong một cái bát, dùng nĩa nghiền đậu xanh cho đến khi chúng được nghiền một phần nhưng vẫn còn một ít đậu xanh nguyên hạt.

c) Thêm bí xanh bào sợi, vụn bánh mì, hành tây, tỏi, thì là, muối và tiêu vào bát.

d) Trộn đều cho đến khi tất cả các thành phần được kết hợp.

e) Chia hỗn hợp thành bốn phần bằng nhau và tạo hình thành những miếng chả.

f) Làm nóng trước vỉ nướng hoặc chảo bếp trên lửa vừa cao.

g) Nấu các miếng bí xanh và đậu xanh trong khoảng 4-5 phút mỗi mặt hoặc cho đến khi chúng nóng đều và cứng lại.

h) Nướng nhẹ bánh burger trên vỉ nướng hoặc trong máy nướng bánh mì.

i) Lắp ráp bánh mì kẹp thịt với lớp phủ ưa thích của bạn và phục vụ.

78. Burger khoai lang và Quinoa

THÀNH PHẦN:
- 1 chén khoai lang nghiền (khoảng 1 củ khoai lang lớn)
- ½ chén quinoa nấu chín
- ¼ chén vụn bánh mì
- 2 thìa hành tây thái nhỏ
- 2 tép tỏi, băm nhỏ
- 1 thìa cà phê thì là xay
- Muối và hạt tiêu cho vừa ăn
- 4 bánh burger
- Các loại topping tùy thích (rau diếp, cà chua, bơ, v.v.)

HƯỚNG DẪN:
a) Trong một bát, trộn khoai lang nghiền, quinoa nấu chín, vụn bánh mì, hành tây, tỏi, thì là, muối và tiêu.
b) Trộn đều cho đến khi tất cả các thành phần được kết hợp.
c) Chia hỗn hợp thành bốn phần bằng nhau và tạo hình thành những miếng chả.
d) Làm nóng trước vỉ nướng hoặc chảo bếp trên lửa vừa cao.
e) Nấu miếng khoai lang và hạt quinoa trong khoảng 4-5 phút mỗi mặt hoặc cho đến khi chúng nóng đều và cứng lại.
f) Nướng nhẹ bánh burger trên vỉ nướng hoặc trong máy nướng bánh mì.
g) Lắp ráp bánh mì kẹp thịt với lớp phủ ưa thích của bạn và phục vụ.

79. Burger đậu phụ nấm

THÀNH PHẦN:

- ½ chén yến mạch cán
- 1¼ chén hạnh nhân cắt nhỏ
- 1 muỗng canh dầu ô liu hoặc dầu hạt cải
- ½ chén hành lá xắt nhỏ
- 2 thìa cà phê tỏi băm
- 1½ cốc cremini cắt nhỏ
- ½ chén cơm chín; basmati nâu
- ⅓ cốc phô mai cheddar thuần chay
- ⅔ cốc Đậu phụ nghiền nhuyễn
- 1 trứng lớn; thêm
- 1 lòng trắng trứng; bị đánh nhẹ
- 3 muỗng canh rau mùi tây xắt nhỏ
- ½ chén vụn bánh mì khô
- 6 lát mozzarella tươi; nếu muốn

HƯỚNG DẪN:

a) Đun nóng dầu trong chảo rồi xào hành, tỏi và nấm ở lửa vừa phải cho đến khi mềm và có màu nhạt. Thêm yến mạch và tiếp tục nấu thêm 2 phút nữa, khuấy liên tục.

b) Kết hợp hỗn hợp hành tây với cơm, phô mai, đậu phụ và trứng. Mùi tây, vụn bánh mì và hạnh nhân rồi khuấy đều. Nêm muối và tiêu cho vừa ăn. Tạo thành 6 miếng chả và xào hoặc nướng cho đến khi bên ngoài vàng và giòn.

c) Phủ một lát phô mai mozzarella tươi và một hoặc hai thìa cà phê salsa tươi lên trên và dùng ngay hoặc giữa các lát bánh mì nguyên hạt nướng.

80. Bánh mì kẹp thịt quả óc chó và rau củ

THÀNH PHẦN:

- ½ củ hành đỏ
- 1 cần tây sườn
- 1 củ cà rốt
- ½ quả ớt chuông đỏ
- 1 cốc quả óc chó, nướng, xay
- ½ chén vụn bánh mì
- ½ cốc mỳ ống orzo
- 2 quả trứng
- Muối và tiêu
- bánh bao
- lát bơ
- Những lát phô mai Thụy Sĩ thuần chay
- Những lát hành đỏ
- Catsup
- Mù tạc

HƯỚNG DẪN:

a) Xào hành tây cần tây, cà rốt và ớt chuông đỏ trong 1 thìa dầu cho đến khi mềm

b) Che nếu muốn. Có thể thêm tỏi nếu muốn. Thêm các loại hạt, vụn và gạo.

c) Tạo thành từng miếng chả. Chiên trong dầu 1t cho vàng. Đặt trên một búi tóc và lắp ráp.

81. Burger nấm hoang dã

THÀNH PHẦN:

- 2 muỗng cà phê dầu ô liu
- 1 củ hành tây vàng vừa; băm nhỏ
- 2 củ hẹ; gọt vỏ và băm nhỏ
- $\frac{1}{8}$ thìa cà phê muối
- 1 chén nấm hương khô
- 2 tách nấm Portobello
- 1 gói đậu phụ
- ⅓ cốc mầm lúa mì nướng
- ⅓ cốc vụn bánh mì
- 2 muỗng canh nước tương Lite
- 2 muỗng canh sốt Worcestershire
- 1 muỗng cà phê hương liệu khói lỏng
- $\frac{1}{2}$ thìa cà phê tỏi băm
- $\frac{3}{4}$ chén yến mạch nấu nhanh

HƯỚNG DẪN:

a) Xào hành, hẹ tây và muối trong dầu ô liu khoảng 5 phút.

b) Thân nấm hương làm mềm; băm nhỏ với nấm tươi trong máy xay thực phẩm. Thêm vào hành tây.

c) Nấu trong 10 phút, thỉnh thoảng khuấy để tránh bị dính.

d) Trộn nấm với đậu phụ nghiền, thêm các nguyên liệu còn lại vào, trộn đều. Làm ướt tay để chống dính và tạo thành từng miếng chả.

e) Nướng trong 25 phút, sau 15 phút quay lại một lần.

BÁNH BÁNH HẠT VÀ HẠT

82. Bánh mì kẹp thịt đậu xanh sống động

THÀNH PHẦN:

- ¼ cốc (60ml) dầu ô liu nguyên chất
- 1 củ hành nâu, thái nhỏ
- 4 tép tỏi, nghiền nát
- 1 củ cà rốt lớn, bào sợi
- 2 thìa cà phê thì là xay
- 1 thìa cà phê garam masala
- ¼ thìa cà phê bột ớt đỏ
- 400g đậu xanh đóng hộp, để ráo nước và rửa sạch
- 400g đậu đen đóng hộp, để ráo nước và rửa sạch
- 1 ½ thìa cà chua passata
- 50g vụn bánh mì panko
- 6 chiếc bánh burger brioche, cắt đôi và nướng
- ½ rau xà lách, thái lát
- 2 quả cà chua chín lớn, thái lát
- Dưa chua trộn Ấn Độ, để phục vụ

ĐỐI VỚI THẢO DƯỢC VIBRANT MAYO:

- 1 bó rau mùi, lá và thân cắt nhỏ
- ½ bó bạc hà, hái lá, thái nhỏ
- ¼ cốc (60ml) nước cốt chanh
- 2 tép tỏi, nghiền nát
- 1 cốc (300g) sốt mayonnaise
- ¼ cốc (35g) quả hồ trăn, nướng

HƯỚNG DẪN:

a) Đun nóng 2 muỗng canh dầu trong chảo chống dính lớn trên lửa vừa cao. Thêm hành tây xắt nhỏ và nấu trong 7-8 phút cho đến khi có màu caramen.

b) Thêm tỏi nghiền nát và nấu thêm một phút. Sau đó, thêm cà rốt bào sợi, thì là xay, garam masala, bột ớt đỏ, đậu xanh, đậu đen và passata. Nêm nếm vừa miệng.

c) Nấu, nghiền bằng thìa trong 5-8 phút cho đến khi hỗn hợp hòa quyện và bắt đầu giữ nguyên hình dạng.
d) Thêm 40g vụn bánh mì panko và khuấy đều cho đến khi hỗn hợp hòa quyện.
e) Để hỗn hợp nguội một chút, sau đó nặn thành 6 chiếc bánh mì kẹp thịt có kích thước đều nhau. Phủ từng miếng bánh với 10g vụn bánh mì panko còn lại. Đặt sang một bên cho đến khi sẵn sàng nấu ăn.

CHUẨN BỊ THẢO DƯỢC VIBRANT MAYO:

f) Trong một máy xay thực phẩm nhỏ, trộn tất cả nguyên liệu làm mayo thảo mộc sống động và xay cho đến khi mịn.
g) Nêm nếm vừa ăn và đặt sang một bên.

NẤU BÁNH BÁNH Burger:

h) Đun nóng 1 thìa dầu còn lại trong chảo chống dính lớn sạch trên lửa vừa. Nấu bánh mì kẹp thịt thành 2 mẻ, mỗi mặt 3-4 phút cho đến khi chúng chuyển sang màu nâu vàng.
i) **LẮP RÁP BÁNH BURGER:**
j) Để lắp ráp, phết mayo lên các mặt cắt của mỗi chiếc bánh và phủ lên trên cùng với rau diếp, lát cà chua, miếng đậu xanh và dưa chua. Thưởng thức bánh mì kẹp thịt đậu xanh sôi động của bạn!

83. Burger đậu đen Cajun

THÀNH PHẦN:

- ⅓ cốc (130g) quinoa đỏ
- 2 lon đậu đen 400g, rửa sạch và để ráo nước
- 2 cốc (320g) hạt hướng dương nướng
- 3 tép tỏi, nghiền nát
- ⅔ chén mùi tây lá dẹt, thái nhỏ
- ⅔ cốc (30g) vụn bánh mì panko
- 1 muỗng cà phê ớt bột xông khói
- ½ thìa cà phê ớt cayenne
- 2 thìa cà phê lá oregano khô
- 1 muỗng cà phê cà phê hòa tan
- 2 muỗng canh đường nâu
- 2 quả trứng, đánh nhẹ
- 1 quả bơ
- ⅓ cốc (85g) kem chua
- ¼ cốc (60g) ớt jalapeños ngâm, cắt nhỏ
- ½ quả dứa nhỏ, thái mỏng thành từng lát dày 5 mm
- 1 muỗng canh dầu ô liu nguyên chất
- 4 chiếc bánh burger lớn, cắt đôi theo chiều ngang
- 1 cốc (80g) bắp cải xanh, thái lát mỏng
- Kewpie mayonnaise, để phục vụ

HÀNH NGỪA JALAPEÑO:

- 1 củ hành trắng, cắt thành từng khoanh
- 2 thìa cà phê đường
- ¼ cốc (80ml) nước ngâm từ ớt jalapeños ngâm

HƯỚNG DẪN:

a) Rửa sạch quinoa dưới vòi nước lạnh và cho vào nồi.
b) Thêm 1 cốc nước, đun sôi, sau đó giảm nhiệt xuống mức vừa phải, đậy nắp và nấu trong 8-10 phút cho đến khi mềm. Làm khô hạn.

c) Trong máy xay thực phẩm, xay đậu đen, hạt hướng dương và tỏi cho đến khi thái nhỏ.

d) Chuyển vào tô và thêm quinoa nấu chín, rau mùi tây, vụn bánh mì panko, ớt bột hun khói, ớt cayenne, lá oregano khô, cà phê hòa tan, đường và trứng đánh.

e) Nêm muối và hạt tiêu, trộn đều và chia hỗn hợp thành 4 phần. Nặn từng phần thành từng miếng và để trong tủ lạnh trong 30 phút cho cứng lại.

f) Trong một bát nhỏ, đặt hành tây thái lát. Rắc đường cát và 1 muỗng cà phê muối, sau đó trộn nhẹ nhàng. Thêm chất lỏng ngâm từ jalapeños, trộn để kết hợp và để sang một bên để ngâm.

g) Trong một bát nhỏ khác, nghiền bơ với kem chua và ớt jalapeños. Nêm muối và hạt tiêu, rồi đặt sang một bên.

h) Đun nóng vỉ nướng hoặc chảo nướng trên lửa cao. Quét các lát dứa với 2 thìa cà phê dầu ô liu và nướng mỗi mặt trong 1 phút hoặc cho đến khi cháy nhẹ.

i) Quét 2 muỗng cà phê dầu ô liu còn lại lên miếng bánh mì kẹp thịt và nướng mỗi mặt trong 2-3 phút cho đến khi nóng đều. Nướng các mặt cắt của bánh burger trong 30 giây hoặc cho đến khi nướng nhẹ.

LẮP RÁP BÁNH BURGER:

j) Rưới hỗn hợp bơ lên hai nửa chiếc bánh. Xếp lớp với bắp cải, bánh mì kẹp thịt, dứa nướng và hành tây ngâm.

k) Ăn kèm với sốt mayonnaise kewpie.

l) Chúc bạn ngon miệng với món Burger đậu đen Cajun ngon tuyệt!

84. Burger đậu lăng và quả óc chó

THÀNH PHẦN:
- 1 chén đậu lăng nấu chín
- ½ chén quả óc chó cắt nhỏ
- ¼ chén vụn bánh mì
- ¼ chén hành tây thái nhỏ
- 2 tép tỏi, băm nhỏ
- 1 thìa cà phê thì là xay
- Muối và hạt tiêu cho vừa ăn
- 4 bánh burger
- Các loại topping tùy thích (rau diếp, cà chua, hành tây, v.v.)

HƯỚNG DẪN:
a) Trong một bát, trộn đậu lăng đã nấu chín, quả óc chó cắt nhỏ, vụn bánh mì, hành tây, tỏi, thì là, muối và tiêu.

b) Trộn đều cho đến khi tất cả các thành phần được kết hợp.

c) Chia hỗn hợp thành bốn phần bằng nhau và tạo hình thành những miếng chả.

d) Làm nóng trước vỉ nướng hoặc chảo bếp trên lửa vừa cao.

e) Nấu miếng đậu lăng và quả óc chó trong khoảng 4-5 phút mỗi mặt hoặc cho đến khi chúng nóng đều và cứng lại.

f) Nướng nhẹ bánh burger trên vỉ nướng hoặc trong máy nướng bánh mì.

g) Lắp ráp bánh mì kẹp thịt với lớp phủ ưa thích của bạn và phục vụ.

85. Burger đậu đen Santa Fe

THÀNH PHẦN:
- 14 ounce đậu đen hữu cơ, để ráo nước và rửa sạch
- 2 muỗng canh nước luộc rau
- $\frac{1}{4}$ chén yến mạch cán
- $\frac{1}{2}$ thìa cà phê bột tỏi
- $\frac{1}{4}$ chén bột lanh
- $\frac{1}{4}$ cốc salsa đậm đặc
- 1 thìa cà phê thì là
- $\frac{1}{2}$ thìa cà phê ớt cayenne
- $\frac{1}{2}$ muỗng cà phê muối hồng
- Bột ngô, để phủ bụi

HƯỚNG DẪN:
a) Nghiền đậu đen bằng nĩa trong tô trộn cỡ vừa. Bạn có thể để lại một số khối để tạo kết cấu.

b) Kết hợp yến mạch, bột hạnh nhân, gia vị, muối và salsa vào tô trộn. Trộn một lần nữa và thoải mái sử dụng tay.

c) Thêm bột lanh hoặc bột hạnh nhân nếu hỗn hợp quá ướt. Kiểm tra hương vị.

d) Chia hỗn hợp và tạo hình thành những miếng có kích thước mong muốn. Rắc nhẹ bằng bột ngô nếu muốn.

e) Bếp nấu: Trên chảo vừa, đun nóng 2 muỗng canh nước luộc rau. Nấu khoảng 5 phút cho mỗi mặt.

f) Lò nướng (không dầu): Làm nóng lò ở nhiệt độ 350°F. Lót giấy nến vào khay nướng, sau đó đặt các miếng chả lên trên. Nướng khoảng 10-15 phút trên giá giữa của lò, sau đó lật lại và lặp lại.

86. Bánh mì kẹp thịt đậu lăng

THÀNH PHẦN:
- ¾ cốc đậu lăng
- 1 Khoai lang
- 10 Lá rau bina tươi, thái nhỏ
- 1 cái ly nấm tươi, thái hạt lựu
- ¾ cốc vụn bánh mì
- 1 muỗng cà phê Giống rau thơm
- 1 muỗng cà phê Bột tỏi
- 1 muỗng cà phê Mảnh mùi tây
- ¾ cốc Gạo hạt dài

HƯỚNG DẪN:
a) Nấu cơm cho đến khi mềm và hơi dính thì cho đậu lăng vào.

b) Băm một củ khoai lang đã gọt vỏ nấu chín.

c) Trộn hỗn hợp gạo, khoai lang và tất cả các nguyên liệu khác vào tô trộn.

d) Làm lạnh trong 15 đến 30 phút. Tạo thành những miếng chả và nấu trong bữa tiệc nướng ngoài trời với bếp nướng rau củ.

e) Nhớ bôi dầu hoặc xịt vào chảo bằng Pam để bánh mì kẹp thịt không bị dính.

87. Burger đậu xanh với ô liu

THÀNH PHẦN:
- ½ chén đậu xanh xanh, ngâm mềm và nấu chín
- 1 muỗng canh hạt lanh vàng, xay
- ¼ thìa cà phê tiêu đen
- ½ chén ô liu Kalamata, thái nhỏ
- ½ thìa cà phê lá oregano
- ¼-½ thìa cà phê muối biển Celtic
- 1 muỗng canh bột cà chua hữu cơ
- 1 muỗng cà chua phơi nắng, thái hạt lựu
- ¼ chén mùi tây tươi, xắt nhỏ
- ½ chén hành tây, thái hạt lựu
- 2 tép tỏi, băm nhỏ

HƯỚNG DẪN:
a) Làm nóng lò ở nhiệt độ 375 độ F.
b) Trong một cái bát, kết hợp hạt lanh và nước.
c) Trong máy xay thực phẩm, xay nhuyễn đậu cho đến khi chúng có kết cấu mịn.
d) Đặt vào một chậu trộn cỡ vừa.
e) Cho ô liu, hành tây, tỏi, cà chua phơi nắng, rau mùi tây, gia vị, bột cà chua và hỗn hợp hạt lanh vào.
f) Nặn thành 4-6 chiếc bánh mì kẹp thịt và phân bố đều trên vỉ nướng.
g) Nấu trong 15 phút ở một mặt, sau đó lật và nấu thêm 5 phút nữa.

88. Burger đậu đen với phô mai Cheddar và hành tây

THÀNH PHẦN:
- 400 g đậu đen nấu chín
- Dầu đậu phộng để chiên
- 65 g hành tây thái nhỏ
- 1 muỗng cà phê ớt bột xông khói
- 3 muỗng canh sốt BBQ
- 1 thìa cà phê ớt bột
- 50 g Quả óc chó rang khô
- 2 muỗng canh rau mùi thái nhỏ
- 100 g gạo đen luộc
- 25 g vụn bánh mì panko
- muối biển
- Caramen Hành tây
- 2 củ hành tây
- 2 thìa bơ
- 1 muỗng canh giấm rượu vang đỏ

Phục vụ
- 120 g phô mai Cheddar
- 6 chiếc bánh burger, giảm một nửa
- bơ cho bánh bao
- Lá xà lách romaine

HƯỚNG DẪN:
a) Trong chảo, đun nóng dầu và xào hành tây.
b) Giảm nhiệt xuống thấp và thêm ớt và ớt bột.
c) Khuấy sốt BBQ.
d) Trong một bát trộn, trộn quả óc chó với đậu, rau mùi, gạo, vụn bánh mì panko và một chút muối.
e) Khuấy hỗn hợp hành tây cho đến khi nó được trộn kỹ.
f) Tạo thành 6 miếng tròn với một ít hỗn hợp mỗi lần, sau đó bọc chúng bằng màng dính.
g) Làm lạnh trong ít nhất một giờ.

h) Cho hành tây vào nồi lạnh sau khi gọt vỏ và cắt nhỏ. Cho bơ vào chảo và đun trên lửa vừa, sau đó đậy nắp lại.

i) Đổ giấm vào, tăng lửa và nấu trong khoảng 15 phút hoặc cho đến khi chất lỏng giảm đi nhiều.

j) Làm nóng vỉ nướng ở nhiệt độ 350 độ F rồi nướng miếng chả trong vài phút ở cả hai mặt, cho đến khi có màu đẹp.

k) Đặt một vài lát phô mai lên trên mỗi chiếc bánh mì kẹp thịt và nướng cho đến khi phô mai tan chảy.

l) Bơ các bề mặt cắt của bánh nướng.

m) Dưới đáy mỗi chiếc bánh mì, đặt một miếng bánh.

n) Thêm một lá rau diếp và một ít hành tây caramen lên trên.

89. Burger Quinoa và khoai lang

THÀNH PHẦN:
- 3 củ khoai lang vừa, nướng
- 2 quả trứng
- 1 chén bột đậu xanh
- 1 thìa cà phê ớt bột
- 1 muỗng canh mù tạt Dijon nguyên hạt
- 1 muỗng canh bơ quả óc chó hoặc bơ hạt khác
- nước cốt của ½ quả chanh
- 1 nhúm muối biển
- 200 g hạt quinoa
- Dầu đậu phộng, để chiên
- Kem chua cải ngựa
- 3 muỗng canh cải ngựa nghiền mịn
- 1¼ cốc kem chua
- muối biển

PHỤC VỤ
- 6 chiếc bánh burger, giảm một nửa
- bơ cho bánh bao
- hẹ đỏ châu Á thái nhỏ
- hẹ thái nhỏ

HƯỚNG DẪN:
a) Tách khoai tây theo chiều dọc và dùng thìa cạo sạch phần bên trong.

b) Trộn trứng trong máy xay thực phẩm và trộn khoai lang, bột đậu xanh, bột ớt, mù tạt, bơ hạt, nước cốt chanh và muối. Thêm quinoa.

c) Mỗi lần dùng một ít hỗn hợp, tạo thành những miếng chả tròn.

d) Trong một bát trộn, trộn muối, cải ngựa và kem chua.

e) Ở lửa vừa, nướng miếng chả trong vài phút cả hai mặt.

f) Bơ các mặt cắt của bánh và nướng nhanh.

g) Đặt một chiếc bánh mì kẹp thịt vào dưới cùng của mỗi chiếc bánh mì và phủ kem chua cải ngựa, hẹ tây và hẹ lên trên.

90. đậu lăng và gạo

THÀNH PHẦN:

- ¾ chén đậu lăng
- 1 củ khoai lang
- 10 lá rau bina tươi; đến 15
- 1 chén nấm tươi
- ¾ chén vụn bánh mì
- 1 thìa cà phê tarragon
- 1 thìa cà phê bột tỏi
- 1 muỗng cà phê mảnh mùi tây
- ¾ chén gạo hạt dài

HƯỚNG DẪN:

a) Nấu cơm cho đến khi chín và hơi dính & đậu lăng cho đến khi mềm. Hơi nguội một chút. Băm nhuyễn một củ khoai lang vừa đã gọt vỏ và nấu cho đến khi mềm. Hơi nguội một chút.

b) Cắt nhỏ nấm. Lá rau bina nên được rửa sạch và thái nhỏ. Trộn tất cả nguyên liệu và gia vị thêm muối và hạt tiêu cho vừa ăn.

c) Làm lạnh trong tủ lạnh trong 15-30 phút. Tạo thành từng miếng và áp chảo trên chảo hoặc có thể nướng trên vỉ nướng rau củ hoặc vỉ nướng ngoài trời.

91. Grain và burger phô mai

THÀNH PHẦN:

- 1½ cốc Nấm, xắt nhỏ
- ½ cốc Hành xanh, xắt nhỏ
- 1 muỗng canh Bơ thực vật
- ½ cốc Yến mạch cán, loại thường
- ½ cốc Gạo lứt, nấu chín
- ⅔ cốc Phô mai vụn, mozzarella
- Hoặc phô mai cheddar
- 3 muỗng canh Quả óc chó, cắt nhỏ
- 3 muỗng canh Phô mai Cottage hoặc phô mai ricotta
- Ít béo
- 2 lớn Trứng
- 2 muỗng canh Rau mùi tây, xắt nhỏ
- Muối, tiêu

HƯỚNG DẪN:

a) Trong chảo chống dính 10 đến 12 inch trên lửa vừa, nấu nấm và hành lá trong bơ thực vật cho đến khi rau mềm, khoảng 6 phút. Thêm yến mạch và khuấy trong 2 phút.

b) Tắt bếp, để nguội một chút rồi cho cơm đã nấu chín, phô mai, quả óc chó, phô mai tươi, trứng và rau mùi tây vào trộn đều. Thêm muối và hạt tiêu cho vừa ăn. Trên khay nướng 12X15 inch đã phết dầu, chia thành 4 miếng, mỗi miếng dày ½ inch.

c) Đun cách nhiệt 3 inch, quay một lần, tổng cộng từ 6 đến 7 phút. Dùng trên bánh mì với sốt mayo, hành tây chiên và rau diếp.

d)

92. Sandwich Quinoa đỏ hai tầng

THÀNH PHẦN:

- ½ cốc quinoa đỏ
- 1 chén nước luộc rau
- 4 mũ nấm portabella lớn
- 2 muỗng canh dầu dừa, chia
- ¼ chén hành tây thái nhỏ
- ½ chén hồ đào sống
- 2 củ hành xanh, xắt nhỏ
- 2 muỗng cà phê giấm rượu gạo
- 1 thìa cà phê bột tỏi
- 2 muỗng canh men dinh dưỡng
- 2 muỗng canh hạt gai dầu nguyên vỏ
- ¼ chén bột mì
- 3 chiếc bánh burger làm từ lúa mì nguyên hạt
- Lớp phủ và gia vị: xà lách, cà chua, hành đỏ, mù tạt, sốt mayo cay không sữa

HƯỚNG DẪN:

a) Đặt quinoa vào rây và rửa sạch. Kết hợp quinoa và nước dùng trong một cái chảo nhỏ. Đun sôi, đậy nắp và đun nhỏ lửa. Nấu trong 10 đến 15 phút hoặc cho đến khi nước dùng được hấp thụ. Tắt bếp và đậy nắp trong 5 phút.

b) Loại bỏ mang nấm và loại bỏ. Cắt nhỏ mũ nấm.

c) Đun nóng 1 muỗng canh dầu trong chảo lớn. Thêm hành tây và nấm vào xào trong 10 phút. Thêm quả hồ đào và xào thêm 5 phút nữa. Tách khỏi nguồn nhiệt và để nguội.

d) Cho hỗn hợp nấm, hành lá và giấm vào máy xay thực phẩm. Xử lý cho đến khi rất tốt. Nó sẽ không được trơn tru.

e) Chuyển sang tô lớn và thêm quinoa, bột tỏi, men dinh dưỡng, hạt gai dầu và bột mì. Trộn cho đến khi trộn đều. Tạo thành sáu miếng có kích thước bằng bánh mì kẹp thịt.

f) Đun nóng phần dầu còn lại trong chảo lớn và chiên từng miếng một để bạn có thể lật bánh dễ dàng. Chiên cho đến khi vàng nâu ở mỗi mặt.

g) Lắp ráp các tầng đôi: Đặt phần dưới của bánh mì xuống, thêm mù tạt, rau diếp, patty, hành tím, rau diếp, mayo cay không sữa, patty, mayo cay không sữa, cà chua và phần trên của bánh.

BURGER NHỒI

93. Burger nhồi phô mai xanh và rau chân vịt

THÀNH PHẦN:
- 1 pound thịt bò xay
- 1 muỗng canh sốt Worcestershire
- 1 thìa cà phê tiêu đen mới xay
- ⅓ đến ½ cốc phô mai xanh vụn (khoảng 2 ounce)
- 1 củ hành đỏ cỡ vừa, thái lát mỏng
- Dầu ô liu
- Muối
- 4 bánh hamburger, chia đôi
- 1 chén rau chân vịt tươi

HƯỚNG DẪN:
a) Trong một tô rộng rãi, trộn thịt bò xay, sốt Worcestershire và hạt tiêu đen mới xay. Định hình hỗn hợp thịt bò thành tám miếng mỏng có đường kính 4 inch trên một tờ giấy sáp.

b) Đặt 1 thìa phô mai xanh vụn vào giữa bốn miếng bánh. Đặt bốn miếng còn lại lên trên, bịt kín các cạnh bằng cách ghim chúng lại với nhau.

c) Quét dầu ô liu lên các lát hành đỏ và rắc một chút muối.

d) Làm nóng vỉ nướng, không đậy nắp, ở lửa vừa cao. Nướng bánh mì kẹp thịt và các lát hành tây trong 5 phút mỗi mặt hoặc cho đến khi chúng đạt đến nhiệt độ bên trong an toàn từ 160°F đến 165°F. Trong phút cuối cùng của quá trình nướng, hãy phết dầu ô liu lên các mặt đã cắt của bánh hamburger và nướng chúng theo mặt cắt xuống.

e) Phục vụ bánh mì kẹp thịt nhồi trên bánh nướng, kèm theo các lát hành tây nướng, rau bina tươi và phô mai xanh còn lại.

f) Thưởng thức món Burger nhồi phô mai xanh và rau bina thơm ngon với hành đỏ!

94. Bánh mì kẹp thịt dê nhồi phô mai Guacamole

THÀNH PHẦN:
CARAMEN HÀNH TÂY:
- 2 muỗng canh dầu ô liu
- 2 thìa bơ không muối
- 2 củ hành Vidalia hoặc hành ngọt lớn, thái lát
- ¼ thìa cà phê muối
- 1 muỗng canh đường nâu

GUACAMOLA:
- 2 quả bơ chín, nghiền nhuyễn
- 2 muỗng canh rau mùi mới cắt nhỏ
- 2 muỗng canh hành ngọt thái hạt lựu
- ½ hạt tiêu jalapeño, bỏ hạt và thái hạt lựu
- ¼ thìa cà phê muối
- ¼ thìa cà phê tiêu
- Nước ép 1 quả chanh

TANGY BBQ MAYO:
- ½ chén sốt mayonnaise
- 3 muỗng canh sốt BBQ
- 2 thìa cà phê mù tạt Dijon

BÁNH BÁNH BÁNH NHÔM PHÔ MAI DÊ:
- 1 pound thịt bò xay
- 1 thìa cà phê muối
- 1 thìa cà phê tiêu
- ½ thìa cà phê bột tỏi
- 6 ounce pho mát dê lạnh, cắt thành lát dày ½ inch (nếu vỡ vụn một chút cũng không sao)
- 1 muỗng canh dầu ô liu
- 1 muỗng canh bơ không muối
- 4 ounce phô mai cheddar sắc nét
- 2 chén rau xanh mùa xuân
- 4 bánh cuộn kiểu Hawaii, nướng

HƯỚNG DẪN:

a) Đun nóng chảo lớn trên lửa nhỏ. Thêm dầu ô liu và bơ. Sau khi tan chảy, thêm hành và muối vào, khuấy đều để phủ đều. Đậy nắp và để nấu trong 25 đến 30 phút, khuấy thường xuyên cho đến khi chúng trở nên vàng và mềm.

b) Khuấy đường nâu và nấu thêm 10 phút nữa.

c) Trộn tất cả các thành phần guacamole cho đến khi kết hợp tốt. Hương vị và điều chỉnh gia vị nếu cần thiết.

d) Đánh đều mayo, sốt BBQ và mù tạt Dijon cho đến khi hòa quyện.

BÁNH BÁNH BÁNH NHÔM PHÔ MAI DÊ:

e) Cho thịt bò xay vào tô lớn và nêm muối, tiêu và bột tỏi. Nhẹ nhàng trộn đều, sau đó chia thịt bò thành bốn phần bằng nhau.

f) Lấy từng phần và tạo thành hai miếng - một miếng ở trên và một miếng ở dưới. Đặt một lát phô mai dê vào giữa một miếng bánh và phủ nó bằng miếng bánh còn lại, ấn nhẹ vào các cạnh để dán phô mai dê vào bên trong. Lặp lại với các phần thịt bò còn lại.

g) Đun nóng chảo trên lửa vừa cao và thêm dầu ô liu và bơ. Nấu bánh mì kẹp thịt đến độ chín mà bạn mong muốn (ít nhất 4 phút mỗi mặt đối với bánh chín vừa, nhưng hãy nhớ có phô mai dê bên trong). Một phút trước khi hoàn thành, đặt một vài lát phô mai cheddar lên trên.

h) Để gói bánh mì kẹp thịt, hãy phết một vài thìa guacamole lên phần bánh dưới cùng và đặt bánh mì kẹp thịt lên trên. Phủ hành tây caramen, sốt mayo BBQ và rau xanh lên trên. Phục vụ ngay lập tức!

i) Thưởng thức món bánh mì kẹp thịt phô mai dê ngon tuyệt với phô mai Cheddar và hành tây caramen!

95. Bánh mì kẹp thịt xông khói với phô mai Pimento

THÀNH PHẦN:
ĐỐI VỚI HÀNH CƠM:
- 2 lát thịt xông khói, thái hạt lựu
- 1 củ hành trắng lớn, thái lát mỏng
- $\frac{1}{4}$ chén giấm rượu gạo
- 1 thìa cà phê đường cát
- 1 muỗng cà phê muối kosher

ĐỐI VỚI PHÔ MAI PIMENTO:
- 3 ounce kem phô mai, ở nhiệt độ phòng
- 4 ounce phô mai cheddar cực sắc, bào
- 1 jalapeño lớn, băm nhỏ
- 1 muỗng canh jalapeño ngâm thái nhỏ
- 1 muỗng canh pimentos cắt nhỏ
- Một nhúm ớt cayenne

ĐỐI VỚI BÁNH MÌ KẸP THỊT:
- 1 $\frac{1}{4}$ pound thịt bò xay (15% chất béo)
- 4 miếng Dutch Crunch hoặc các loại bánh cuộn chắc chắn khác, chia làm đôi
- 2 thìa sốt mayonnaise
- 1 quả bơ lớn, thái hạt lựu
- Hỗn hợp xà lách

HƯỚNG DẪN:
a) Trong chảo, nấu thịt xông khói thái hạt lựu trên lửa vừa thấp cho đến khi thịt có màu nâu và giòn, khoảng 5 đến 7 phút.

b) Dùng thìa có rãnh chuyển thịt xông khói giòn sang đĩa có lót khăn giấy và loại bỏ phần nước còn sót lại.

c) Cắt mỏng hành tây và đặt nó vào một cái bát sâu và hẹp. Thêm giấm rượu gạo, đường cát và muối kosher vào, khuấy đều. Làm lạnh trong ít nhất 20 phút.

d) Trong tô của máy xay thực phẩm, trộn phô mai kem và phô mai cheddar bào.
e) Thêm ớt jalapeño tươi băm nhỏ, ớt jalapeño ngâm cắt nhỏ, ớt pimentos và một chút ớt cayenne vào hỗn hợp phô mai.
f) Xung cho đến khi tất cả các thành phần được kết hợp kỹ lưỡng.

BÁNH BURGER:

g) Chia thịt bò xay thành 8 phần bằng nhau và tạo thành những miếng chả dày ¼ inch.
h) Dùng đáy bát hoặc đĩa nhỏ để đánh dấu vị trí nhồi. Chia đều thịt xông khói đã nấu chín cho bốn miếng chả.
i) Đặt một trong những miếng còn lại lên trên mỗi miếng thịt xông khói và ấn các cạnh lại với nhau để bịt kín, tạo thành những miếng bánh mì kẹp thịt nhồi. Đặt chúng sang một bên.

NƯỚNG VÀ LẮP RÁP:

j) Làm nóng lò nướng gas ở nhiệt độ trung bình cao.
k) Đặt những chiếc bánh mì kẹp thịt đã cắt úp xuống trên vỉ nướng và nấu cho đến khi chúng được nướng khoảng 1 phút. Hãy cảnh giác để tránh bị bỏng.
l) Chuyển bánh nướng vào thớt.
m) Rưới sốt mayonnaise lên 4 nửa chiếc bánh.
n) Nghiền 1/4 quả bơ thái hạt lựu lên trên sốt mayonnaise trên mỗi cuộn.
o) Phủ một ít hỗn hợp rau diếp và một muỗng hành tây đã ướp lên trên quả bơ.
p) Trải bốn nửa chiếc bánh còn lại với lượng phô mai pimento bằng nhau. Bạn có thể sử dụng ít hơn toàn bộ lô; bất kỳ thức ăn thừa nào có thể được làm lạnh trong tối đa một tuần.

q) Nêm muối và hạt tiêu vào miếng bánh burger nhồi rồi đặt chúng lên vỉ nướng.

r) Nấu các miếng chả, đậy nắp lại, cho đến khi chúng chín vàng cả hai mặt, khoảng 4 phút mỗi mặt đối với loại tái vừa.

s) Chia các miếng bánh đã nấu chín cho các cuộn bánh đã chuẩn bị sẵn và hoàn thành món bánh mì kẹp thịt bằng cách phủ các nửa bánh mì còn lại lên trên.

t) Phục vụ bánh mì kẹp thịt nhồi thịt xông khói với phô mai Pimento và bơ ngay lập tức. Thưởng thức!

96. Bánh mì kẹp xúc xích nhồi thịt xông khói Guacamole

THÀNH PHẦN:
- 6 lát thịt xông khói Pecanwood
- ½ cốc nước sốt Guacamole
- 1 pound xúc xích Ý xay
- 4 bánh hamburger, chia đôi
- Salsa (tùy chọn)

HƯỚNG DẪN:
a) Làm nóng lò nướng ở nhiệt độ cao.
b) Chuẩn bị thịt xông khói theo hướng dẫn trên bao bì cho đến khi nó trở nên giòn. Xả thịt xông khói và nghiền nát nó.
c) Khuấy thịt xông khói vụn vào nước chấm guacamole.
d) Chia xúc xích Ý xay thành 8 phần bằng nhau và nặn thành những miếng mỏng.
e) Trên 4 miếng bánh này, đặt một phần hỗn hợp thịt xông khói-guacamole.
f) Phủ từng miếng thịt xông khói-guacamole lên trên bằng một trong những miếng bánh trơn còn lại.
g) Chụm các cạnh của miếng chả lại với nhau để bịt kín, tạo thành những miếng bánh burger nhồi bông.
h) Đặt những miếng bánh burger nhồi bông lên vỉ nướng đã được làm nóng trước.
i) Nướng chúng trong khoảng 6 đến 7 phút mỗi mặt hoặc cho đến khi chúng chín đến mức độ chín mà bạn mong muốn.

LẮP RÁP BÁNH BURGER:
j) Đổ đầy bánh hamburger với bánh mì kẹp thịt nhồi nướng.
k) Nếu muốn, hãy phục vụ bánh mì kẹp thịt với sốt salsa bên cạnh.
l) Bánh mì kẹp xúc xích nhồi thịt xông khói Guacamole của bạn hiện đã sẵn sàng để được phục vụ. Thưởng thức!

97. Bánh mì kẹp thịt nhồi phô mai xanh và thịt xông khói

THÀNH PHẦN:

- 1 pound thăn bò xay (ít nhất 90% nạc)
- 3 lát thịt xông khói, chiên và thái nhỏ
- 3 ounce phô mai xanh, vụn ($\frac{3}{4}$ cốc)
- 2 muỗng canh mùi tây tươi thái nhỏ
- $\frac{1}{4}$ thìa cà phê muối
- $\frac{1}{2}$ thìa cà phê tiêu đen mới xay
- 4 bánh hamburger
- Gia vị (sốt cà chua, mù tạt, xà lách, cà chua, hành tây, dưa chua - tùy chọn)

HƯỚNG DẪN:

a) Trong một tô lớn, trộn thịt bò xay, thịt xông khói vụn, phô mai xanh, rau mùi tây thái nhỏ, muối và tiêu đen mới xay. Trộn kỹ bằng tay, đảm bảo tất cả các thành phần được phân bố đều. Tạo thành hỗn hợp thành bốn miếng bánh burger có kích thước bằng nhau.

b) Làm nóng lò nướng gas ở nhiệt độ cao. Đặt các miếng bánh mì kẹp thịt lên vỉ nướng, đóng nắp vỉ nướng và nấu trong khoảng 5 phút.

c) Sau 5 phút, cẩn thận lật bánh mì kẹp thịt bằng thìa, đóng nắp vỉ nướng và tiếp tục nấu thêm khoảng 4 phút nữa. Điều này sẽ giúp bánh mì kẹp thịt chín vừa với phần nhân màu hồng hoặc bạn có thể nấu lâu hơn nếu muốn bánh mì kẹp thịt chín kỹ hơn. Đảm bảo rằng nhiệt kế đọc tức thời được lắp vào giữa một miếng bánh ghi nhiệt độ 160 độ F.

d) Sau khi bánh mì kẹp thịt đã chín đến mức bạn mong muốn, hãy lấy chúng ra khỏi lò nướng.

e) Chia các miếng chả nướng vào các bánh hamburger.

f) Đổ đầy bánh mì kẹp thịt của bạn với sự lựa chọn gia vị của bạn. Lựa chọn được đề xuất bao gồm sốt cà chua, mù tạt, rau diếp, cà chua, hành tây và dưa chua để có trải nghiệm bánh mì kẹp thịt cổ điển.

g) Phục vụ ngay bánh mì kẹp thịt phô mai xanh và thịt xông khói thơm ngon của bạn và thưởng thức!

h) Những chiếc bánh mì kẹp thịt này chứa đầy hương vị, ẩm ướt và chắc chắn sẽ là món ăn hấp dẫn trong bữa ăn tiếp theo của bạn!

98. Bánh mì kẹp thịt Feta nhồi kiểu Hy Lạp với Tzatziki

THÀNH PHẦN:
- 2 pound thịt bò xay (80% nạc)
- ½ củ hành đỏ vừa, thái hạt lựu (khoảng ¾ cốc)
- ⅓ chén ớt chuông đỏ nướng, thái hạt lựu
- 3 tép tỏi, băm nhỏ
- 1 thìa cà phê vỏ chanh tươi nạo
- Nước cốt 1 quả chanh (khoảng 3 thìa canh)
- 1 ½ thìa cà phê lá oregano khô
- 1 muỗng cà phê ớt đỏ nghiền
- 7 ounce phô mai feta, vỡ vụn
- Muối và tiêu
- 7 bánh hamburger để phục vụ
- Nước sốt Tzatziki, để phục vụ
- Xà lách bơ, để phục vụ
- Cà chua thái lát mỏng để phục vụ
- Dưa chuột thái lát mỏng để phục vụ
- Hành đỏ thái mỏng để phục vụ

HƯỚNG DẪN:
a) Trong một tô lớn, trộn thịt bò xay, hành tím thái hạt lựu, ớt chuông đỏ rang, tỏi băm, vỏ chanh tươi bào sợi, nước cốt chanh, lá oregano khô và ớt đỏ nghiền. Trộn tất cả mọi thứ bằng tay cho đến khi kết hợp tốt.

b) Chia hỗn hợp thịt bò xay thành bảy phần bằng nhau, mỗi phần tạo thành một miếng chả nặng 5,5 ounce. Thêm 1 ounce phô mai feta vụn vào giữa mỗi miếng bánh. Gấp miếng bánh xung quanh miếng phô mai, sau đó làm phẳng chúng với độ dày ¾ inch. Dùng ngón tay cái tạo một vết lõm nhẹ ở giữa mỗi miếng bánh để ngăn chúng phồng lên trên vỉ nướng trong khi nấu. Nêm cả hai mặt của miếng chả với muối và hạt tiêu tùy theo sở thích của bạn. Đặt các miếng chả vào tủ lạnh cho đến khi chúng cứng lại và sờ vào thấy lạnh.

c) Làm nóng lò nướng gas ở nhiệt độ cao (khoảng 500°F).

d) Nướng bánh mì kẹp thịt, đậy nắp, trên lửa trực tiếp trong 3-5 phút cho mỗi mặt hoặc cho đến khi chúng đạt nhiệt độ bên trong là 150°F (giếng vừa).

e) Để phục vụ, hãy nướng bánh hamburger. Rưới một lượng lớn nước sốt tzatziki lên cả bánh trên và bánh dưới. Xếp từng lớp bánh với rau diếp, một miếng bánh mì kẹp thịt, những lát cà chua, dưa chuột thái lát và những lát hành tây đỏ.

f) Phủ nửa bánh còn lại lên trên và dùng ngay.

g) Thưởng thức món bánh mì kẹp thịt Feta nhồi kiểu Hy Lạp thơm ngon của bạn với Tzatziki!

99. Burgers nhồi nấm

THÀNH PHẦN:

- 1 ½ pound thịt bò nạc xay
- ¼ chén hành tây thái nhỏ
- 2 quả trứng vừa, đánh nhẹ
- ¾ cốc vụn bánh mì mềm
- ¼ cốc sốt cà chua
- ½ muỗng cà phê muối
- ⅛ thìa cà phê tiêu
- 2 thìa bơ
- 8 ounce nấm, thái lát
- 6 lát phô mai (cheddar, mozzarella hoặc Mỹ)
- 6 chiếc bánh lớn, chia đôi và nướng

HƯỚNG DẪN:

a) Trong một tô lớn, trộn thịt bò xay, hành tây thái nhỏ, trứng đánh nhẹ, vụn bánh mì mềm, sốt cà chua, muối và tiêu.

b) Nặn hỗn hợp thịt bò thành 12 miếng mỏng, dày khoảng ¼ inch.

c) Trong chảo, làm tan chảy bơ và xào nấm thái lát cho đến khi chúng mềm.

d) Đặt nấm xào lên trên 6 miếng thịt bò.

e) Phủ 6 miếng còn lại lên trên và ấn các cạnh để bịt kín, tạo thành những miếng bánh burger nhồi bông.

f) Nướng, nướng áp chảo hoặc nướng bánh mì kẹp thịt nhồi đến mức độ chín mà bạn mong muốn.

g) Phủ một lát phô mai lên trên mỗi chiếc bánh mì kẹp thịt và để nó tan chảy.

h) Phục vụ Bánh mì kẹp nấm nhồi nấm trên bánh mì nướng chia đôi. Bạn có thể thêm rau diếp, cà chua hoặc bất kỳ loại gia vị và rau củ nào bạn chọn. Thưởng thức bánh mì kẹp thịt nhồi thơm ngon của bạn!

100. Bánh mì kẹp thịt nhồi hành tây caramen

THÀNH PHẦN:

- 2 pound thịt bò xay
- 3 củ hành vàng, thái lát mỏng
- 2 muỗng canh dầu bơ, chia
- 1 muỗng canh bơ sữa trâu
- 2 muỗng cà phê muối, chia
- 1 thìa cà phê tiêu, chia
- 1 thìa cà phê bột tỏi
- 1 thìa cà phê ớt bột
- 1 tép tỏi, băm nhỏ

HƯỚNG DẪN:

a) Làm nóng lò ở nhiệt độ 375°F (190°C).

b) Trong một tô trộn lớn, thêm thịt bò xay, 1 thìa cà phê muối và $\frac{1}{2}$ thìa cà phê tiêu. Trộn đều và tạo thành hỗn hợp thành 12 miếng có kích thước bằng nhau. Đặt các miếng chả đã tạo hình lên khay nướng có lót giấy và để trong tủ lạnh.

c) Đun nóng 1 thìa dầu bơ và bơ sữa trâu trong chảo gang lớn trên lửa vừa và nhỏ.

d) Cho hành tây thái lát mỏng vào chảo và nấu, thỉnh thoảng khuấy cho đến khi chúng hơi nâu và có màu caramen, quá trình này sẽ mất khoảng 15-20 phút.

e) Khi hành chín thì tắt bếp và cho tỏi băm vào đảo đều. Lấy hỗn hợp hành tây ra khỏi chảo và để nguội hoàn toàn.

f) Lấy các miếng chả ra khỏi tủ lạnh và rắc muối, tiêu, bột tỏi và ớt bột còn lại lên bên ngoài mỗi miếng chả.

g) Đặt khoảng 1 muỗng canh hỗn hợp hành tây caramen vào giữa 6 miếng bánh. Sau đó, dùng 6 miếng còn lại phủ hành lên, tạo thành những miếng bánh cỡ lớn với hành tây ở bên trong.

h) Thêm muỗng canh dầu bơ còn lại vào chảo gang và đun nóng ở mức trung bình cao.
i) Khi dầu nóng, đặt bánh mì kẹp thịt đã nhồi vào chảo và chiên mỗi mặt trong 4 phút.
j) Chuyển chảo vào lò đã làm nóng trước để nấu xong. Nấu đến mức độ chín mong muốn của bạn. Đối với loại tái vừa, nướng khoảng 5 phút trong lò. Điều chỉnh thời gian cho bánh mì kẹp thịt vừa hoặc chín kỹ tùy theo sở thích của bạn.
k) Lấy chảo ra khỏi lò và Bánh mì kẹp thịt nhồi hành tây caramen của bạn đã sẵn sàng được phục vụ. Thưởng thức!

PHẦN KẾT LUẬN

Khi kết thúc hành trình qua "Nghệ thuật của bánh mì kẹp thịt", chúng tôi hy vọng bạn đã được truyền cảm hứng để nâng tầm bữa ăn yêu thích của người Mỹ lên mức hoàn hảo và thỏa sức sáng tạo trong nhà bếp. Cho dù bạn đang tổ chức một bữa tiệc nướng ở sân sau, lên kế hoạch cho một bữa tiệc tối bình thường hay chỉ đơn giản là thèm một chiếc bánh mì kẹp thịt thơm ngon cho bữa trưa, thì luôn có điều gì đó để mọi người thưởng thức trên những trang này.

Khi bạn tiếp tục thử nghiệm các nguyên liệu, hương vị và lớp phủ khác nhau, mỗi chiếc bánh mì kẹp thịt bạn làm có thể mang lại cho bạn niềm vui và sự hài lòng. Cho dù bạn đang nấu ăn cho bản thân, gia đình hay bạn bè, mong rằng trải nghiệm chế biến và thưởng thức những món ăn ngon này sẽ tạo ra những kỷ niệm đáng trân trọng và gắn kết mọi người quanh bàn ăn.

Cảm ơn bạn đã tham gia cùng chúng tôi trong cuộc hành trình đầy hương vị thông qua nghệ thuật làm bánh mì kẹp thịt. Chúc căn bếp của bạn tràn ngập tiếng xèo xèo của những miếng chả nướng, mùi thơm của những chiếc bánh mới nướng và tiếng cười sảng khoái của những bữa ăn chung. Cho đến khi chúng ta gặp lại nhau, chúc bạn làm bánh burger vui vẻ và ngon miệng!

www.ingramcontent.com/pod-product-compliance
Lightning Source LLC
Chambersburg PA
CBHW070650120526
44590CB00013BA/904